எதிர் சினிமா

எதிர் சினிமா
ரதன் (பி. 1963)

இலங்கையின் வடபகுதியில் உள்ள கரவெட்டி கிராமத்தில் பிறந்தவர். கடந்த 28 வருடங்களாக ரொரண்ரோவில் வசித்து வருகிறார். தற்சமயம் கணக்காளராகப் பணியாற்றுகிறார். சுயாதீன திரைப்படக் கழகத்தின் இயக்குநர். நீஞன்ட் பார்க் திரைப்பட விழாவின் இயக்குநராகவும், திரைப்பட விழாக்களில் நடுவர் குழு உறுப்பினராகவும் கடமையாற்றியுள்ளார். *TVI* உட்பட்ட ஊடகங்களில் அரசியல் ஆய்வாளராகவும் பங்காற்றி வருகிறார். இவரது ஆக்கங்கள் *காலச்சுவடு, கணையாழி, நிழல், சதங்கை, உயிர்நிழல்* போன்ற சஞ்சிகைகளில் இடம்பெற்றுள்ளன.

ரதன்

எதிர் சினிமா

காலச்சுவடு பதிப்பகம்

எதிர் சினிமா ❖ சினிமா கட்டுரைகள் ❖ ஆசிரியர்:ரதன் ❖ © கவுசல்யா ரகுநாதன் ❖ முதல் பதிப்பு: டிசம்பர் 2014 ❖ வெளியீடு: காலச்சுவடு பப்ளிகேஷன்ஸ் (பி) லிட்., 669 கே. பி. சாலை, நாகர்கோவில் 629001

காலச்சுவடு பதிப்பக வெளியீடு: 607

etir cinimaa ❖ Essays on Cinema ❖ Author: Rathan ❖ © Kausalya Ragunathan ❖ Language: Tamil ❖ First Edition: December 2014 ❖ Size: Demy 1 x 8 ❖ Paper: 18.6 kg maplitho ❖ Pages: 136

Published by Kalachuvadu Publications Pvt. Ltd., 669 K.P. Road, Nagercoil 629001, India ❖ Phone: 91 - 4652 - 278525 ❖ e-mail: publications@kalachuvadu.com ❖ Wrapper Printed at Print Specialities, Chennai 600014 ❖ Printed at BVR Prints, Chennai 600005

ISBN: 978-93-82033-73-8

12/2014/S.No. 607, kcp 1168, 18.6 (1) ILL

எனது தந்தையைப் போன்றவரும் இந்நூல் வெளிவருவதற்குக்
காரணகர்த்தாவும் நல்ல நண்பரும் விமர்சகரும்
லகரம் சிறு சஞ்சிகையின் பிரதம ஆசிரியரும் வெளியீட்டாளரும்
மாஸ்ரர் என அன்புடன் அழைக்கும்
அ. கந்தசாமிக்கு முதல் சமர்ப்பணம்;
எனது தோழியும் துணைவியுமான கவுசிக்கும்
எனது விமர்சகனும் தோழனும் மகனுமான காவியனுக்கும்
ஆத்மார்ப்பணம்.

பொருளடக்கம்

முன்னுரை: சினிமா: போருக்குப் பிந்தைய நிலக்காட்சி	11
போப் கழிப்பறை	23
12 *Years A Slave*	29
உலக சினிமாவின் தவிர்க்கமுடியாத ஆளுமை அற்றம் எகோயன்	37
ஒடுக்கப்படுதலும் மீண்டெழுதலும்	66
வெப்பம் உண்டு வெளிச்சம் இல்லை	78
சூரியனற்ற காலங்கள்	97
போருக்குப் பின்னரான தமிழ்த் திரைப்படங்கள்	111
தமிழ்த் தேசியமும் சிங்களத் திரைப்படங்களும்	125

நன்றி

காலச்சுவடு கண்ணன், காலச்சுவடு ஆசிரியர் குழு, நிழல் திருநாவுக்கரசு, அசோக் யோகன் கண்ணமுத்து, பேரா.சொர்ணவேல், அ.முத்துலிங்கம், டிஜி கருணா (அட்டைப்பட ஓவியர்), அமரர் கலைச்செல்வன், லக்சுமி கலைச்செல்வன், எஸ்.வி.ஷாலினி, தேவகாந்தன், வரன் ரபேல், ராஜா - பாமா மகேந்திரன்.

முன்னுரை

சினிமா: போருக்குப் பிந்தைய நிலக்காட்சி

ரதன் அவர்களின் இந்த சினிமா சம்பந்தப்பட்ட கட்டுரைகளின் தொகுப்பைப் படிக்கையில் மனதில் ஆன்றே வாய்தா (Andrzej Wajda) அவர்களின் படங்களின் ஞாபகம் வந்தது. குறிப்பாக அவரது லேண்ட்ஸ்கேப் ஏப்டர் த பேட்டில் (போருக்குப் பிந்தைய நிலக்காட்சி) மற்றும் அவரது புகழ்பெற்ற முப்படங்களான எ ஜெனெரேஷன், கனால், ஆஷஸ் அண்ட் டயமண்ட்ஸ். ரதன் அவர்கள் இலங்கையிலும் ஆர்மேனியாவிலும் நடந்த இன அழிப்பை மையமாகக் கொண்ட படங்களைப்பற்றி எழுதிய கட்டுரைகள் இத்தொகுப்பைப் பிணைக்கும் சரடு. யூதர்களைப் பற்றிய குறிப்புகளும் மைக்கல் மூரின் படங்களும் சிலியில் அல்லண்டேவிற்குப் பிறகான பினோசெட்டின் கொடுங்கோல் ஆட்சியும் போர் மற்றும் இனப்படுகொலை, வன்முறை மற்றும் எதிர்க்குரல்களை ஒடுக்குவது/அழிப்பது, முதலாளித்துவம் மற்றும் தொழிலாளர்களைப் பற்றிய அக்கறையின்மை அச்சரடின் வழியே இணைக்கப்பட்டிருக்கும் சொல்லாடல்கள் சிலியில் அல்லண்டேக்குப் பிந்தைய காலகட்டம் இன்றைய பெரும்பான்மையான லத்தீன் அமெரிக்க நாடுகளின் வரலாற்றையும் பிரதிபலிக்கிறது. பினோசெட் தனது காலகட்டத்தில் காணாமல்போகச் செய்த பல்லாயிரம் சிலி தேசத்தவர்கள் இன்றைய இலங்கையை நினைவூட்டுவதாகக் கூறித் தமிழ் இன அழிப்பு என்பது எப்படி இந்தக் கட்டுரைகளை ஆட்டுவிக்கிறது என்பதை ரதன் நமக்குத் தெளிவுறுத்துகிறார்.

போரின்/அழிவின் மானுடத்தின் எதிர்த்திசையை நோக்கிய பயணம் எவ்வாறு பல காத தூரத்தில் வாழும் ரதன் அவர்களைத் தொடர்ந்து பாதித்துக்கொண்டிருக்கிறது என்பதை இக்கட்டுரைகள் மூலம் அவர் பகிர்ந்துகொண்டிருக்கும் அதேவேளையில் பல பதின் வருடங்கள் கழிந்த பின்னரும் மானுடத்தின் ஆன்மாவில் படிந்துள்ள அவ்வடுக்கள் ஆறாது என்பதை ஆர்மேனிய ஆற்றம் எகோயனின் படங்களின் மூலம் உறுதிப்படுத்துகிறார். துருக்கி இன்றுவரை ஆர்மேனிய இனப்படுகொலையை ஏற்றுக்கொண்டு அதற்கு மன்னிப்பு கோரவில்லை, ராஜபக்ஷேயைப் போன்று. மக்களால் தேர்ந்தெடுக்கப்பட்டு அவர்கள் நெஞ்சில் நிறைந்த தலைவராக இருந்த அல்லண்டேயையும் அவரது ஆட்சியையும் அழித்து பினோசெட் போன்ற கொடுங்கோலனுக்கு வழிவிட்ட நிக்சனின் அமெரிக்காவையும் இங்கு நினைவுகூர வேண்டும். செக்ரடரி ஹென்றி கிஸ்ஸிஞ்சரே, அல்லண்டே கொல்லப்பட அமெரிக்கா காரணமாயிருந்ததை ஒத்துக்கொண்டதையும் ரதன் பதிவு செய்திருக்கிறார். பேட்டில் ஆப் சிலி போன்ற படங்கள் வரலாற்றின் இவ்விருண்ட காலகட்டத்தை ஆழமாகப் பதிவு செய்திருக்கின்றன. பேட்ரிக் கஸ்மனின் (க்றிஸ் மார்க்கரின் உதவியுடன் எடுக்கப்பட்ட) பேட்டில் ஆப் சிலி அல்லண்டேயின் ஆட்சிக் கவிழ்ப்புக்கான அந்தக் காலகட்டத்தை மிக விரிவாக ஆவணப்படுத்தியிருக்கிறது. ஒருபக்கம் பினோசெட் மற்றும் அந்தக் காலத் துருக்கி அரசு என்று இனப் படுகொலையின் வரலாறு விரிகிறதென்றால் இந்தக் காலத்தில் ஜனநாயகம் என்ற பேரில் அல்லண்டேயின் ஆட்சிக் கவிழ்ப்பும் அரசியல் கொலையும், குஜராத்தில் கோத்ராவில் முஸ்லிம் மக்களின் படுகொலையும், அதற்கு முன்னர் தில்லியில் சீக்கிய மக்களின் படுகொலையும் தொடர்ந்தவாறு உள்ளன. ஜனநாயகம் இத்தகைய வன்முறைகளைத் தடுக்கும் என்ற உத்திரவாதமில்லை.

பிறநாட்டு அரசியலில் மூக்கை நுழைத்துத் தனது ரகசியப் படைகள் மூலம் அந்நாட்டு வரலாற்றை மாற்றியமைக்க மனசாட்சியைக் கழற்றி வைத்துவிட்டு வன்முறையைக் கட்ட விழ்த்துவிடும் அரசுகளை விமர்சனம் செய்யத் தங்களதுபடங்களைப் பயன்படுத்துகிறார்கள் ஆவணப்படக்காரர்கள். அதில் மைக்கல் மூர் போன்ற இயக்குனர்களை எடுத்துக்கொண்டோமேயானால் அரசு என்கிற ஸ்தாபனம் வரலாற்றைத் தனக்கு வேண்டிய விதமாக நொடித்துப் போட்டு ஒரு 'அபிஷியல் ஹிஸ்டரி'யை எழுதுவதைப் போல் தங்களுக்கு வேண்டியவிதமாக நடந்த சம்பவங்களைத் தொகுத்து அதற்கு எதிர்வினையாற்றுகிறார்கள். உதாரணமாக, மைக்கல் மூரின் படங்களில் அவர் காலவரிசையைத் தன்னுடைய வாதங்களுக்கு ஏற்ப முறித்துப்போடுவதைக் காணலாம். அவரது

பவுலிங் பார் கோலம்பைன் (2002) என்ற ஆவணப்படம் கோலராடோ மாநிலத்தில் உள்ள கோலம்பைன் ஹைஸ்கூலில் நடந்த துப்பாக்கிச் சூட்டைப் பற்றியது. அப்பள்ளியின் மாணவர்களான எரிக் ஹேரிஸ் மற்றும் டிலன் க்லேபால்ட் 12 சக பள்ளி மாணவர்களையும் ஒரு ஆசிரியரையும் கொன்று குவித்த சூழலின் பின்னணியை ஆராயும் மைக்கல் மூரின் படம் சிறந்த ஆவணப்படத்துக்கான ஏகடமி அவார்டையும், கேன் பெஸ்டிவலின் சிறப்பு விருது ஒன்றையும் பெற்றுள்ளது. துப்பாக்கிக் கலாச்சாரத்திற்குப் பெரும்பான்மை ஆதரவை அளிக்கும் அமெரிக்க சமூகத்தைச் சாடும் மைக்கல் மூர் தனது விமர்சனத்திற்கான நியாயத்தைக் கட்டமைக்கும் விதமாகக் காலவரிசையை மாற்றியமைத்திருப்பார்: நேஷனல் ரைபில் அஸோஸியேஷனின் தலைவரான பழம்பெரும் நடிகர் சார்ல்டன் ஹெஸ்டன் கோலம்பைனில் வந்து பேசும் ஒரு நிகழ்ச்சியை அங்கு நடந்த ஒரு துப்பாக்கிச் சூட்டிற்குப்பின் நடந்ததாகக் கட்டமைத்து ஹெஸ்டனை மானுடநேயம் அற்றவராக நேஷனல் ரைபில் அஸோஸியேஷனின் உறுப்பினர் என்பதினால் சித்தரிப்பதற்காகத் தனக்குச் சாதகமானதோர் சம்பவக் கோவையைப் புனைந்திருப்பார். இவ்வாறான பல விமர்சனங்களை உள்ளடக்கிய மைக்கல் மூரின் படங்கள் கேன் பெஸ்டிவல் தொடங்கி முக்கிய சினிவெளிகளில் வியந்தோதப் படுவதேன்? அதற்கான பதில் ரதனின் மைக்கல் மூர் பற்றிய கட்டுரையில் உண்டு. மைக்கல் மூரின் மேல் தனது கறாரான விமர்சனத்தை வைக்கும் ரதன் "மைக்கல் மூர் ஓர் மனித உரிமைவாதியே. அதுவும் அமெரிக்க மனித உரிமைவாதி" என்று கூறி அவரது முக்கியமான படங்களை ஆழமாக அலசியதோடு மட்டுமல்லாமல் அவர் படங்களின் பின்னணியைப் பற்றியும், மைக்கல் மூர் தனது தர்க்கங்களுக்காக பயன்படுத்தும் தரவுகளைப் பற்றியும், அவரது படங்களின் வரலாற்றுச் சூழலைப் பற்றியும் விரிவாக ஆராய்ந்துள்ளார். இவை சினிமா ஆர்வலர்களுக்கும் மாணவர்களுக்கும் ஆய்வாளர்களுக்கும் மூரின் படங்களைப் பற்றியும் அவரது செயற்பாட்டினைப் பற்றியும் அறிந்துகொள்ள இன்றியமையாதவை. பொதுவாக மைக்கல் மூரைப் பொறுத்த மட்டில் அவரது படங்களைப் போலவே எதிர்வினைகளும் உரக்க ஒலிப்பதால் அவரது உருவாக்கத்திற்கான பின்னணி கச்சாப் பொருட்களும் சூழலும் அதிகம் பேசப்படாமல் போய்விடுகின்றன. அமெரிக்காவை எதிர்க்கும் மூர் முதலாளித்துவத்தை ஆதரிக்கிறார். கம்யூனிஸத்திலுள்ள சில கூறுகளையும் எடுத்துக்கொள்ள வேண்டும் என்கிறார். இந்த முரண் நிறைந்த வெளி எப்படி அவரது படங்களின் தோற்றுமுகமாக அமைகிறது என்று ரதனின் கட்டுரை ஒளி பாய்ச்சுகிறது.

போப்ஸ் டாய்லட் எனும் படம் உருகுவே நாட்டிற்கு வருகை செய்யவிருக்கும் போப்பாண்டவரைத் தரிசிக்க வரும் பார்வை யாளர்களை முன்னிட்டு, பிரேசில் உருகுவே எல்லையிலுள்ள மெலோ என்ற ஊரில் பீற்றோ தனது சக்திக்கு மீறிய செயலான ஒரு கழிவறையைக் கட்டுவதை உள்ளடக்கமாகக் கொண்டுள்ளது. பீற்றோவும் அவனது குடும்பத்தினரும் சிரமமேற்கொண்டு கட்டிய அந்த டாய்லட் கடைசியில் சீண்டுவாரற்று நிற்கிறது. பீற்றோ பிரேசில் எல்லையிலிருந்து பொருள் கடத்த அவனுக்கு ஏதுவாயிருந்த சைக்கிளையும் பறிகொடுத்த நிலையில் இன்று நடந்து சென்றுகொண்டிருக்கிறான். உண்மைச் சம்பவங்களை அடிப்படையாகக் கொண்ட இப்படத்தின் யதார்த்த அழகியலை ரதன் மெச்சுகிறார்: லத்தீன் அமெரிக்க சினிமாவுக்கே உள்ள கிராமிய வாழ்வு மற்றும் அதைச் சிதைக்கும் கனவுகளின் யதார்த்தத்தைத் தனது தனித்துவமாகக் கொண்டுள்ள போப்ஸ் டாய்லட் இன்றைய வாழ்வில் ஊடகங்களின் எதையெடுத்தாலும் அதைப் பரபரப்பூட்டிச் செய்தியாக்குவது எனும் கருத்தாக்கம் எவ்வாறு சாதாரண கிராம மக்களைப் பாதிக்கிறது என்பதை உலகமயமாதல் என்கிற பேரில் மனவெழுச்சியைத் தூண்டாமல் பீற்றோவின் சாதாரண கிராம வாழ்வைவிட்டு நகராமல் சொல்லி யிருப்பது அதன் சிறப்பு. ரதன் போப்ஸ் டாய்லட்டை அறிமுகப் படுத்தும்போது உருகுவேயிலிருந்து பிரேசிலுக்கு சைக்கிளில் பீற்றோ செல்லும் படிமத்துடன், தான் கனடிய அமெரிக்க எல்லை யில் அவ்வாறு ஒருவர் சைக்கிளில் சென்றதைப் பார்த்ததுடன் ஒன்றிணைக்கிறார். எல்லைகளும் முள்வேலிகளும் அடிமைப் படுத்துதலும் ரதனின் இந்தத் தொகுப்பிற்கு அடிநாதமாக நெஞ்சின் ஆழத்திலிருந்து எழும் ஓலமாக அமைகிறது.

12 இயர்ஸ் எ ஸ்லேவ் என்ற பிரபலமான படத்தைப் பற்றிய கட்டுரையும் மற்றும் "ஒடுக்கப்படுதலும் மீண்டெழுதலும்" அமெரிக்க ஸ்லேவரி மற்றும் செவ்விந்திய வரலாற்றுப் பின்னணியை சினிமாவைக் கொண்டு அலசும் கட்டுரைகள். *12* இயர்ஸ் எ ஸ்லேவை முழுவதுமாக நுணுகி ஆராயும் ரதன், அது ஒஸ்கார் விருதைப் பெறும் என்று அன்றே தீர்க்கதரிசியாக அறிவிக்கிறார், டொரோண்டோ திரைப்பட விழாவில் அது விருது வாங்கியிருப்பதின் அடிப்படையில். இங்கு டொரோண்டோ திரைப்பட விழா ரதன் வாழ்வில் ஆற்றிய பங்கையும் நாம் காண வேண்டும். கடந்த பல வருடங்களாக டொரோண்டோ திரைப்பட விழாவை அவர் தொடர்ந்து பார்ப்பவர் மட்டுமல்ல, அதைப் பற்றி பத்திரிகைகளில் எழுதியும் வருபவர். அவர் 'நிழல்' பத்திரிகையில் பல வருடங்கள் டொரோண்டோ திரைப்பட விழாவைப் பற்றிய விரிவான பதிவுகள் செய்துள்ளார். *12*

இயர்ஸ் எ ஸ்லேவ் மற்றும் ஒடுக்கப்படுதலும் மீண்டெழுதலும் காலச்சுவடில் பிரசுரமான கட்டுரைகள். செவ்விந்தியர்களையும் ஐரோப்பியர்களையும் சினிமா எப்படி ஒரு இருமறை எதிர்வுக்குள் அடக்கி பூர்விக இந்தியர்களைப் பின்தங்கியவர்களாகவும் மூர்க்கத்தனமானவர்களாகவும் பிரதிநிதித்துவப் படுத்தியிருக்கிறது என்று ஆராய்ந்திருக்கும் ரதனின் கட்டுரை முக்கியமானது. 12 இயர்ஸ் எ ஸ்லேவும் மிக முக்கியமான படம். ஸ்டிவ் மெக்வீனின் படத்தைப் பற்றி அது ஆஸ்கார் விருதை வாங்கியபின் பல கட்டுரைகள் வாசிக்கக் கிடைக்கின்றன. சில கட்டுரைகள் முக்கியமான சர்ச்சைகளை உள்ளடக்கியவை: சொலமன் நோத்யப் தனது அமெரிக்க மாஸ்டர்ஸுக்காக மற்ற அடிமைகளைப் பெற்றுத்தரும் ஏஜெண்டாக இருந்தார் என்றும், அது படத்தில் பதியப்படவில்லை என்றும். ஆயினும் அப்படம் ஸ்லேவரியின் உக்கிரத்தையும் அது சகமனிதர்களை அடிமையாக்கிக் குடும்பத்திலிருந்து அவர்களைப் பிரித்து மானுடமற்ற வெறியர்களாக எப்படி அவர்களின் வெள்ளைக்கார 'உரிமையாளர்களை' ஆக்கியது என்பதை பதிவு செய்திருப்பதில் மிக முக்கியமான படம். உணர்ச்சிபூர்வமாக ஒடுக்குமுறையின் கொடூரமுகத்தைச் சித்திரிப்பதில் பெருமளவு வெற்றியடைந்துள்ள படத்தின் இயக்குனர் ஸ்டிவ் மெக்வீன் பாராட்டுக்குரியவர். அவரும் 12 இயர்ஸ் எ ஸ்லேவின் முந்தைய படமாக்கத்தைச் செய்தவரும் கறுப்பின இனத்தவர்கள் என்று ரதன் பகிர்ந்திருக்கும் செய்தியும் முக்கியமானது. "ஒடுக்கப்படுதலும் மீண்டெழுதலும்"இல் உள்ள கனடியத் திரைப்படங்கள் மற்றும் செவ்விந்தியர்கள் இயக்கிய படங்கள் மற்றும் தடை செய்யப்பட்ட படங்களைப் பற்றிய பகுதிகள் மிக முக்கியமானவை. ஏனென்றால் இவை பொதுவாக அதிகம் பேசப்படாத விஷயங்கள். செவ்விந்தியர் வாழ்வும் அதில் பொதிந்துள்ள ஒடுக்குமுறையும் 12 இயர்ஸ் எ ஸ்லேவைப் போலவே இன்றைய இலங்கைத் தமிழர்களின் வரலாற்றையும் வாழ்வையும் மறைமுகமாக ரதன் சுட்டியிருப்பதைப் போல் தொடுச் செல்பவை. ரதன் ஒடுக்கப்படுதலும் மீண்டெழுதலும் கட்டுரையைத் தான் பதினைந்து வருடங்கள் முன்னர் ஒரு கோடைநாளில் கியுபெக் நகரைத் தாண்டி ஒரு பூர்விக இந்திய கிராமத்திற்குச் சென்றிருந்த தனது அனுபவத்திலிருந்து ஆரம்பிக்கிறார். அதைப் போலவே 12 இயர்ஸ் எ ஸ்லேவையும் தான் அகதியாக முப்பது வருடங்களிற்கு முன் மொன்றியலில் மிராபல் விமான நிலையத்தில் வந்திறங்கிய அனுபவத்திலிருந்து தொடங்குகிறார். அந்தக் கடுமையான குளிரில் ஏக்கம், தாகம், எதிர்பார்ப்பு எனப் பல உணர்வுகள் அவரைப் பிசைந்து தடுமாற்றத்தில் ஆழ்த்திய பொழுதில் ஒரு வயோதிக கருப்பினத் தம்பதி

அவருக்கு உதவியதை நெகிழ்வுடன் நினைவு கூர்கிறார். இவ்வகை யில் ரதனால் தனதாக்கப்பட்ட இவ்விரண்டு கட்டுரைகளும் தற்சமய இலங்கைத் தமிழர்களின் சூழலினால் அவருடைய ஆழ்மனதினூடேயே பயணிக்கின்றன. பிறன் என்ற கருத்தாக்கம் கட்டுரைகளின் உள்ளடக்கங்களையும் இலங்கைத் தமிழர் சூழலை யும் இணைக்கிறது.

அதைப்போலவேபப்லோ லறைன் மற்றும் ஆற்றம் எகோயனின் படங்களும் ரதனின் அதிகாரத்தின் கொடூரம், இன அழிப்பு போன்ற பிரத்யேக ஈடுபாடுகளுடன் ஊடறுக்கின்றன. இந்த இரு இயக்குனர்களும் உலகின் மிக முக்கியமான பல தற்காலப் படங்களின் சிற்பிகள். இவர்களைத் தமிழுலகிற்கு ஆழமாக அறிமுகம் செய்யும் ரதனின் கட்டுரைகள் பாராட்டுக் குரியவை. எகோயனின் படங்களைப் பற்றித் தமிழ் உலகிற்கு ஓரளவேனும் அறிமுகமுள்ளது. லறைனின் படங்களின் உள் நுழைவதற்கு ரதனின் 'சூரியனற்ற காலங்கள்' தகுந்த திறவு கோல். அல்லண்டே கொல்லப்பட்டு 40 வருடங்கள் கழிந்து விட்டன, ஆயினும் அவரது இழப்பு இன்று வரையிலும் மார்க்ஸிஸ்ட்/ கம்யூனிஸ்ட் கருத்தாக்கத்தைக் கடுமையாக விமர்சிக்கும்/நிராகரிக்கும் உலகிலும்கூடப் பெரியதொரு பெருமூச்சை வரவழைப்பதாகவே உள்ளது. அவர் உயிரோ டிருந்திருந்தால் இன்றைய லத்தீன் அமெரிக்க வரலாறு வேறு விதமாக அமைந்திருக்கும் என்று நம்புபவர்கள் இடதுசாரியில் மட்டுமல்ல வலதுசாரி அறிவுஜீவி களிலுமுளர். அத்தகைய அல்லண்டேவை அழித்து அமெரிக்க உதவியுடன் ஆட்சிப் பீடம் ஏறிய பினோசெட் சிலியில் ஆட்சி செய்த 15 வருட (1974 - 1990) காலம் உலக வரலாற்றில் ஒரு இருண்ட காலம். ஆயிரக்கணக்கான மக்களைக் கொன்று குவித்தும் லட்சக்கணக்காண மக்களை வெளிநாடுகளில் தஞ்சமடையச் செய்த பினோசெட்டின் அரசு இலங்கை அரசை எதிர்நோக்குகிறது. டோனி மனீரோ என்ற படத்தில் ஸேடர்டே நைட் பீவர் என்ற படத்தின் நாயகனான ஜான் ட்ரவோல்டாவின் கதாபாத்திரத்தை மையமாக வைத்து, பப்லோ லறைன் உலகமயமாதல் மற்றும் தாராளவாதம் என்ற பேரில் வடக்கத்திய கலாச்சாரம் எப்படி திணிக்கப்படுகிறது என்பதை ஆராய்ந்திருக்கிறதைச் சிலாகிக்கும் ரதன் போஸ்ட்மார்ட்டம் என்ற படத்தின் மூலம் லறைன், பினோ செட்டின் கொடூர முகங்களைப் பிரேத பரிசோதனையகத்தில் தடயவியல் உதவியாளரான கதாபாத்திரத்தின் மூலம் இனம் காட்டியுள்ளதைப் பாராட்டுகிறார். ரதன் போஸ்ட்மார்ட்டத்தைப் பற்றிக் கூறுகையில் அது இலங்கைத் தமிழருக்கு எதிரான யுத்தத்தை நினைவுறுத்தியதைக் கூறுகிறார். லறைனின் முப்படங்

களான டோனி மனீரோ, போஸ்ட் மார்ட்டம் மற்றும் நோ பினோசெட்டின் காலவரிசையைப் பதிவு செய்வதோடு மட்டு மல்லாமல் மானுட வாழ்வில் இருண்மையின், ஒடுக்குமுறையின் காலாதீதத்தைப் பற்றியும் பேசுகிறது.

கடுமையான ஒடுக்குமுறையின் நீட்சியாக இன அழிப்பு ஆற்றம் எகோயனின் படங்களில் இடம் பெறுகிறது. ஆர்மேனிய இன அழிப்பை மட்டுமல்லாது இனப் படுகொலையைப் பேசுவ தெப்படி என்பதனைப் பற்றியும் தனது படங்களில் எகோயன் தியானிக்கிறார். எகிப்திய ஆர்மேனியரான ஆற்றம் எகோயன் ஆற்றம் என்ற தனது பெயரை எகிப்தின் முதலாவது அணுகுண்டு பரிசோதனை முயற்சியின் நினைவாகக் கொண்டுள்ளது ஒரு முரண்நகை. எகிப்திலிருந்து பிரிட்டிஷ் கொலம்பியாவிற்குத் தனது குடும்பத்துடன் குடிபெயர்ந்த எகோயனின் வாழ்க்கை சில வகை களில் ரதனின் வாழ்வை எதிரொளிக்கிறது. இருவரும் கனடாவில் இன்று வசிக்கிறார்கள். இவர்களின் கடந்தகாலம் வித்தியாச மானதாக இருந்தாலும் இன அழிப்பு என்ற சோகம் இருவரையும் இணைக்கிறது. இருவரையும் நல்ல சினிமாவின் நாடல் என்பது ஒன்றுசேர்க்கிறது. ஆட்டமன் சாம்ராஜ்யத்தில் கிறிஸ்தவர்களான ஆர்மேனியர் இன அழிப்புக்கு ஆளானது 1894இலிருந்து 1909வரை. கிட்டத்தட்ட நூறாண்டு கழிந்தபின் இலங்கையில் தமிழர் இன அழிப்பு முடிவுக்கு வந்தது மே மாதம் 2009 அன்று. காலத் தினால் நூறு வருட இடைவெளி இருப்பினும் இன அழிப்பின் உளவூறு என்பது எளிதாகக் கடந்து செல்லக் கூடியதல்ல. ரதன் எகோயனின் படங்களைக் கொண்டும் அவரது நேர்காணல் களைக் கொண்டும் விரிவாக எழுதியிருக்கும் இக்கட்டுரை மிகவும் முக்கியமானது. அது இன்றைய இரண்டாவது தலைமுறை யினரைப் பற்றியும் நமக்கு புரிந்துணர்வை ஏற்படுத்துகிறது. எகோயன் ஆரம்ப காலத்தில் ஆர்மேனிய கலாச்சாரத்தில் ஈடுபாடு காட்டாதவராக இருந்தார். பின்னர் தன்னை ஓர் ஆர்மேனியராக அடையாளப்படுத்துவதில் மகிழ்வடைந்தார் என்கிறார்: தன்னை ஆர்மேனியராக அடையாளப்படுத்திக்கொள்வதில் வெட்கப்பட ஏதுமில்லை என்று உணர்ந்தார் என்கிறார் ரதன். இது இன்று புலம் பெயர்ந்து வசிக்கும் பல இளைஞர்களுக்கும் அவர்கள் எழுதும் திரைக்கதைகளுக்கும் எடுக்கும் படங்களுக்கும் பொருந்தும். இன்று எகோயனின் முயற்சியினால் உலகம் துருக்கி ஆர்மேனிய இன அழிப்பை அதிகாரப்பூர்வமாக ஒத்துக் கொள்ளாததையும் அதற்கு மன்னிப்புக் கோராததையும் பாரமான இதயத்துடன் பார்த்துக்கொண்டிருக்கிறது. அதற்கு ரதன் கூறுவதைப் போல எகோயனும் அவரது படங்களும் ஒரு முக்கிய காரணம். ரதன் தனது கட்டுரையில் பகிர்ந்திருப்பதைப் போல எகோயன்

தனது படங்களின் மூலமாகவும் அதன் மூலம் அவருக்குக் கிடைக்கும் வெளிகளின் மூலமாகவும் முக்கியமாக டோராண்டோ, கான் போன்ற திரைப்பட விழாக்களில் அவரளித்த நேர்காணல்கள் மூலமாகவும் ஆர்மேனிய இனப் படுகொலையின் வரலாற்றுண்மையின்மேல் உலகத்தின் கவனத்தை ஈர்த்திருக்கிறார். எப்படி யூத இன அழிப்பை வடிவமைத்த ஹிட்லர் "ஆர்மேனிய சுத்திகரிப்பை யார் நினைவில் வைத்துள்ளார்கள்" என்று ரதன் எகோயன் மூலம் சுட்டும் கேள்விக்கு எகோயனின் சினிமா படங்களே சான்றாக இருக்கின்றனவோ, அதைப் போலவே அலன் ரெனே கிறிஸ் மார்க்கரின் நைட் அண்ட் பாக், க்ளோத லான்ஸ்மானின் ஷோஹா போன்ற ஆவணப் படங்கள் நாஜிக்களின் யூத இன அழிப்புக்குச் சான்றாக விளங்குகின்றன. கலைஞர்களும் கவிஞர்களும் எழுத்தாளர்களும் சினிமாக்காரர்களும் இல்லாவிடில் யூத இன அழிப்பு அதிகாரப்பூர்வ சரித்திரத்தில் இரண்டாவது உலகப் போரினில் நடந்த ஒரு சிறு நிகழ்வாகவே இருந்திருக்கும். மேலிருந்து எழுதப்படும் சரித்திரத்திற்கு எதிராகக் கீழிருந்து எழுதப்படும் வரலாறு மிக முக்கியம். ரதன் நுணுக்கமாக விவரித்திருப்பதைப் போல ஆற்றம் எகோயனின் எல்லாப் படங்களும் முக்கியமானவை; அதிலும் இன அழிப்பை உட்பொருளாகக் கொண்டுள்ள கேலண்டர், அராரத் மற்றும் அதை மறைபொருளாகக் கொண்டுள்ள த ஸ்வீட் ஹியராப்டர். நிர்வாகமயம் மற்றும் நிறுவனமயமாதலைச் சாடும் எகோயனின் மற்ற படங்களும் முக்கியத்துவம் வாய்ந்தவை. இன்றைய சூழலில் குடும்பமும் உறவுகளும் மட்டுமன்றிப் பாலியலின் வியாபாரமயமாதலை விமர்சிக்கும் எகோயனின் மற்ற, குறிப்பாக எக்ஸோடிகா போன்ற படங்களும் நமது இன்றைய உலகமய வாழ்வைப் பிரதிபலிக்கும் கண்ணாடிகளாக உள்ளன. ஊடகமயமாகும் நவீன உலகம், தொழில்நுட்பம் சார்ந்து நிற்கிறது. எகோயனின் தீர்க்கமான பார்வை ஸ்பீகிங் பார்ட்ஸ் போன்ற படங்களில் வீடியோ மற்றும் தொலைக்காட்சியை மையமாகக் கொண்டு உழலும் நமது வாழ்வை ஆராய்கிறது. எகோயனின் மொத்தப் படங்களுமே சினிமா ஆர்வலர்கள் கண்டு களிக்க ஆழமான கருப்பொருட்களை உள்ளடக்கியவை என்பதில் சந்தேகமேதுமில்லை.

ரதன் இத்தொகுப்பில் எழுதியுள்ள எல்லாக் கட்டுரைகளும் ஒரு தேடலாக விரிவதைக் காணலாம். அது இன அழிப்பின் மையத்திலுள்ள கொடூரத்திற்கு சினிமா மூலம் எதிர்வினையாற்றித் தத்தளிக்கும் தனது மனதை சினிமாவினால் சிறிது நேரம் ஆசுவாசப்படுத்த முடியுமா என்ற ஆவலுடன் நல்ல சினிமாவை

நாடித்திரிதல்தான். அத்தேடுதலின் உச்சக்கட்டமாக 'தமிழ்த் தேசியமும் சிங்களத் திரைப்படங்களும்', 'போருக்குப் பின்னான தமிழ்த் திரைப்படங்கள்' என்ற இரு கட்டுரைகள். இவ்விரு கட்டுரைகளும் சமகாலத்தில் சோகமானதொரு வரலாற்றுப் பின்னணியில் இலங்கையில் தமிழர்கள் வாழ்வும் புலமும் அழிந்துவரும் காலகட்டத்தில் சினிமா எவ்வாறு அதை ஆவணப்படுத்தி மானுடமற்ற அவ்வழிப்பின் ஆழ்மனதிற்கு நம்மை இட்டுச் செல்கிறது என்பதைப் பற்றியவை. இந்தக் கட்டுரைகளுக்காக மட்டுமே லறைன் எகோயன் போன்றவர்களின் மீதான அதிமுக்கியமான கட்டுரைகளைக்கூட தவிர்த்து விட்டு சினிமா ஆர்வலர்களுக்கும் மாணவர்களுக்கும் ரதனின் இப்புத்தகத்தை சிபாரிசு செயவதில் எனக்கு எவ்வித மனத்தடையுமில்லை. இன அழிப்பு போன்ற ட்ராமா (trauma) அல்லது எளிதில் ஆறாத மனவூறு களைப் பிரதிநிதித்துவப் படுத்துவது என்பது எளிதாக சாத்தியப் படக்கூடியதல்ல. ஆயினும் சினிமா தனது பிம்பங்கள் சார்ந்த மொழியினால் நமது ஆழ்மனதை ஒத்திருப்பதால் வாழ்வை அழித்து நம்மை அலைக்கழிக்கும் நமது இருத்தலின் மையத்திலிருக்கும் வன்முறைக்கும், இனம் சார்ந்ததும் பிறன் சார்ந்ததுமான கசப்பின் மையத்திலிருக்கும் வெறுமைக்கும் நமக்குத் திறப்பை அளிக்கலாம். அத்தகைய வாசல்கள் நம்மை சதா கபளீகரம் செய்துகொண்டிருக்கும் பேரிருட்டை நுகர்ந்து அதை மீறிச் செல்ல நமக்கு ஏதுவாயிருக்கலாம். அத்தகைய சாத்தியங்களைக் கொண்ட படங்கள் இத்தருணத்தில் அதி முக்கியத்துவம் வாய்ந்தவையாகின்றன. ரதன் சுட்டியிருப்பதைப் போல பல படங்கள் அவ்வியக்குனர்களின் குறிக்கோள்களைக் கேள்விக்குட் படுத்துகின்றன. சில படங்கள் மேம்போக்காகவும் கருத்தியல் ரீதியாகப் பிரச்சினைக்குரியதாகவும் இருக்கின்றன. உதாரணத் திற்கு, அசோக ஹந்தகம தங்களது விடிவிற்காகத் தமிழ் மக்கள் சிங்களவர்களைச் சார்ந்திருக்க வேண்டும் என்று அவரது படங்களின் கதையாடல் மூலமாக உதாரணமாக, இனி அவனில் நிறுவிச் செல்வது. ஆயினும் சினிமாக்காரர்களில் தமிழர்களின் உரிமைகளுக்காக என்றும் குரல் கொடுத்து வந்துள்ள பிரசன்ன விதானகே "தமிழ் மக்களுக்கு உரிய முறையில் தீர்வு வழங்கப் பட்ட பின்னரே சேர்ந்து வாழ்தல் சாத்தியம்" என்கின்றார். பிரசன்னவின் வித் யூ விதவுட் யூ, ஆகஸ்ட் சன் (ஆவணி வெயில்) போன்ற படங்களை விரிவாக அலசும் ரதன், அவர் ஆவணி வெயிலில் யாழ்ப்பாணத்திலிருந்து முஸ்லிம் மக்களின் கட்டாய வெளியேற்றத்தைப் பற்றி விமர்சித்திருப்பதையும் சுட்டிக்காட்டுகிறார். இன்றைய இயக்குனர்களில் தமிழீழப் போரின் பின்னணியைக் களமாகக் கொண்டு மிக முக்கியமான படங்களை

எடுத்திருப்பவர்களில் பிரசன்ன விதானகே முதன்மையானவர்; மரியாதைக்குரியவர்.

இளம் இயக்குனர்களில் லெனின் சிவம் மிக முக்கியமானவர். கனடாவில் பிறந்து வளர்ந்த லெனின் சிவம் தனது மூன்றாவது படமான 'எ கன் அண்ட் அ ரிங்' மூலம் புலம்பெயர்ந்து சினிமாவில் கால் பதிக்க விரும்பும் தமிழ் இளைஞர்களுக்கு நம்பிக்கை அளித்துள்ளவர். அவரது 'எ கன் அண்ட் அ ரிங்' பல மனிதர்களின், குறிப்பாகப் புலம்பெயர்ந்து வாழும் தமிழர்களின் கதைகளினால் பின்னப்பட்ட ஓவியமாக வடிவெடுத்துள்ளது. இரு தலைமுறை யினருக்கு இடையே புலம்பெயர் வாழ்வில் காணக் கிடைக்கும் காதலைப் பற்றியும் வாழ்க்கைத்துணைகள் பற்றியுமான இடை வெளிகளையும் அதனால் விழையும் வன்முறையையும் அலசியுள்ள லெனின் சிவம் ஒரு போராளி போருக்குப் பின்னர் இயல்பான வாழ்க்கைக்குத் திரும்புவதிலுள்ள சிக்கல்களையும் தற்சார்பற்ற நிலையிலிருந்து அலசியுள்ளார். போரால் பாதிக்கப்பட்டு கனடா வந்து ஷெல்டரில் தங்கியிருக்கும் தமிழ்ப் பெண்ணுக்கும் அதே இல்லத்தில் உள்ள சூடான் நாட்டைச் சார்ந்த (மற்றொரு அகதியான) இளைஞருக்குமான உறவு மிக நேர்த்தியாக வடிவமைக்கப் பட்டிருக்கிறது. ரதனின் வார்த்தைகளில் "போர் என்பது உலகில் சகலருக்கும் ஒன்றே. உயிர் இழப்பில் தொடங்கி அகதியென ஓடி வாழ்வு ஆட்டம் காண்கிறது. மிகப்பெரிய அளவில் உயிர் இழப்புக்களைக் கண்ட நாடுகளில் சூடானுக்கும் முக்கிய இடமுண்டு. இதேபோல் (பல ஆயிரம்) தமிழ் மக்களும் படுகொலை செய்யப்பட்டனர். இவற்றை ஒரே கோட்டில் இணைத்து லெனின் சிவம் இயல்பாகப் போரின் வலியை வெளிப்படுத்தி யுள்ளார்." லெனின் சிவம் மற்றும் ஒரு போராளிக்கு இட்ட பெயர் என்ற குறும்படத்தை இயக்கி அதில் மையக் கதாபாத்திரத்தில் நடித்துள்ள சதா பிரணவன் போன்ற இளம் கலைஞர்களினால் சினிமாவின் எதிர்காலம் புலம்பெயர் வெளியில் நம்பிக்கை தருவதாக உள்ளது.

ரதன் தனது இத்தொகுப்பிலுள்ள கட்டுரைகள் வழியாக சினிமா மூலமாகக் கடுமையான ஒடுக்குமுறையையும் மானுடமற்ற இன அழிப்பையும் ஆராய்ந்து அதற்குத் தங்களது சீரிய முயற்சிகளினால் எதிர்வினையாற்றும் இளம் கலைஞர்களை இனம்காட்டித் தனது மற்றும் நமது உளபாரத்தைச் சிறிது இலகுவாக்குகிறார். ரதனின் இக்கட்டுரைகள் சினிமாவில் திளைத்து அதில் தனது வலிகளுக்கு ஆசுவாசம் தேடும் ஒரு எழுத்தாளனின் தேடலாக விரியும் அதேவேளையில் இனப் படுகொலைகளுக்கு எதிராகக் குரல் கொடுக்க வேண்டிய சினிமா கலைஞர்களின் பிரக்ஞையைத் தொட்டெழுப்பும் மானுடத்

தின் குரலாகவும் பரிணமிக்கின்றன. ரதன் இக்கட்டுரைகள் வழியாக உலகளாவிய இயக்குனர்களைப் பற்றியும் அவர்கள் தங்கள் சினிமாவின் மூலம் ஏற்படுத்த நினைக்கும் மாற்றங்களைப் பற்றியும் அக்கறையுடன் அலசியிருக்கிறார். அவரது கரிசனம் இன அழிப்பினால் துவண்டிருக்கும் தமிழ் நெஞ்சுக்கு ஆசுவாசமளிப்பதாக உள்ளது. சினிமாவை வைத்துக் கொடுங்கோன்மையின் அவலத்தையும், அதன் ஆவணப்படுத்துதலின் மூலம் அதிலிருந்து மீட்சிக்கான வழிகளையும் ஆராய்ந்திருக்கும் ரதன் பாராட்டுக்குரியவர்.

ஈஸ்ட் லேன்சிங்   சொர்ணவேல்
ஜூன் 23, 2014

போப் கழிப்பறை

எங்களது வாழ்க்கையில் பல எல்லைகளைக் கடந்துள்ளோம். எமக்கருகில் உள்ள கனடா – அமெரிக்க எல்லையைப் பல தடவை கடந்துள்ளோம். ஒவ்வொரு தடவை கடக்கும் பொழுதும் பல வித்தியாசமான அனுபவங்கள், பல கதைகள் உண்டு. அவ்வாறே பல எல்லைகளை நாம் கடந்திருப்போம். மெக்சிக்கோ – அமெரிக்க எல்லை, இந்தியா – நேபாள எல்லை, ஐரோப்பிய நாட்டு எல்லைகள் எனப் பல எல்லைகளைக் கடந்த அனுபவங்கள் உண்டு. இந்திய – நேபாள எல்லையை சைக்கிள் ரிக்சாவில் கடக்கலாம். ஒரு தடவை போட் எரி (கனடா – அமெரிக்க எல்லை) எல்லையில் ஒருவர் சைக்கிளில் கடந்ததைக் கண்டுள்ளேன்.

இவ்வாறான எல்லைதான் பிரேசில் – உருகுவே எல்லை. இதனருகில் உள்ள ஊரின் பெயர் மெலோ (Melo). மெலோ உருகுவே நாட்டில் உள்ள ஊர். உருகுவே பெருமளவு ஐரோப்பியரைக் கொண்ட லத்தீன் அமெரிக்காவின் இரண்டாவது சிறிய நாடு. லத்தீன் அமெரிக்க நாடுகளில் ஊழல் குறைந்த நாடு. நீண்ட காலம் இராணுவ ஆட்சியில் இருந்த நாடு. விவசாயத்தைப் பிரதானமாக கொண்ட நாடு. உருகுவே வெளிநாட்டுப் பொருட்களுக்குத் தடை விதித்தது. இதன் காரணமாகப் பெருமளவு பொருட்கள் பிரேசிலில் இருந்து கடத்திவரப் படுகின்றன. இந்த மெலோவிற்கு ஒருநாள் பெரும் அதிர்ச்சி. போப்பாண்டவர் இங்கு வரப்போகின்றார் என்பதே. அந்த மக்களுக்கு என்ன செய்வது என்றே தெரியவில்லை. குழம்பியிருந்தார்கள்.

அவ் ஊர் மக்களில் சில ஆண்கள் பிரேசில் எல்லையை சைக்கிளில் கடந்து வெளிநாட்டுப் பொருட்களைக் கொண்டு வந்து மெலோ வியாபாரிகளுக்குக் கொடுப்பார்கள். சுமார் 60 கிலோமீட்டர்களை ஒவ்வொரு தடவையும் இவர்கள் கடக்க வேண்டும். அப்படிக் கடந்து பொருட்களை வீதி வழியாகக் கொண்டு வரமுடியாது. எல்லையில் இராணுவ சோதனை முகாமுண்டு. வயல் வழியாகத்தான் கொண்டு வரவேண்டும். அப்படிக் கொண்டு வரும்பொழுது, வழமைபோல் கடத்தல்காரர்களது எதிரி சுங்க இலாகா அதிகாரி இடைமறித்து பல பொருட்களை எடுத்துவிடுவார். சில சமயங்களில் இதனால் வியாபாரிகளுக்கு இலவசமாக ஒரு பயணத்தை இந்த கடத்தல்காரர்கள் செய்யவேண்டி வரும். கடத்தல்காரர்களது வேலை பொருட்களை மெலோ வியாபாரிகளிடம் கொண்டுவந்து கொடுப்பதே. என்ன பொருட்கள் என்பதுகூட இவர்களுக்குத் தெரியாது. முழுப் பொருட்களையும் கொடுக்காத பட்சத்தில் இலவசமாக ஒரு தடவை சென்று வரவேண்டும். சுரண்டலின் முழு வடிவத்தை இங்குக் காணலாம்.

இந்தக் கடத்தல்காரர்களில் ஒருவன் பீற்றோ. இவன் தனது மனைவி மகளுடன் ஒரு சிறு வீட்டில் வாழ்ந்து வருகின்றான். எந்த பெரிய ஆசையோ எதிர்பார்ப்புகளோ இன்றி மிகவும் அமைதியாகக் கழிகின்றது இவர்களது வாழ்க்கை. இவர்களிடம் ஒரு சிறு தொலைக்காட்சிப் பெட்டி உண்டு. இவ் ஊர் மக்கள் பெரும்பாலும் வானொலியையே தங்கியுள்ளார்கள். பீற்றோவின் மகளுக்கு வானொலி அறிவிப்பாளராக வரவேண்டும் என்ற ஆசை. இதற்காக அவ்வப்போது மைக் முன்னால் நிற்பது போல் நினைத்துக்கொண்டு பயிற்சி எடுப்பாள்.

போப்பாண்டவர் வருகின்றார் என்ற அறிவித்தலுடன் ஊடகங்கள் நிறுத்தவில்லை. சுமார் இருபதினாயிரம் பேர்மட்டில் பிரேசில், மற்றும் சுற்றுப்புற நகரங்களில் இருந்து வருவார்கள் எனக் கூறியது. ஊர் மக்கள் இத்தருணத்தை எப்படி சாதகமாக மாற்றுவது என யோசிக்கத் தொடங்கினார்கள்.

இருபதினாயிரம் பேருக்கு என்ன என்ன தேவை எனப் பட்டியலிட்டு ஆயத்தங்களை மேற்கொள்ளத் தொடங்கினார்கள். தேநீர், கோப்பி, பலகாரங்கள் (கொட் டோக், பேகர்) டொனட், நினைவுப் பொருட்கள், போப்பாண்டவரின் உருவப் படங்கள் எனத் தயாரிப்புக்கள் அமர்க்களப்படத் தொடங்கின. பீற்றோவின் குடும்பமும் இதனைச் சாதகமாக்கும் யோசனைகளில் ஈடுபட்டது. பீற்றோவின் மனைவி யேசுவின் உருவச்சிலை அடங்கிய நினைவுச் சின்னத்தை விற்கலாம் என யோசனை கூறினார். இதனைப் பீற்றோ ஏற்கவில்லை. இறுதியில் பீற்றோவிற்கு ஒரு வித்தியாமான யோசனை தோன்றியது. இங்கு வருபவர்கள் மலசலம் கழிக்கச் சரியான இடமில்லலை. எனவே ஒரு மலசலக் கூடத்தைக் கட்டினால் என்ன என்பதே அது. ஆனால் இதற்குப் பணம் தேவை. ஒரேயொரு வழி கடத்தலைக் கூட்டுவதே. அதாவது ஒரு நாளைக்கு இரண்டு தடவை செல்வது, ஒரு நாளைக்கு சுமார் 120 கி. மீற்றர் சைக்கிள் மிதிக்க வேண்டும்.

பீற்றோ தனது முயற்சியைத் தொடங்கினான். கடத்தல் காரர்களால் பீற்றோவிற்கு ஒரு பிரச்சினையும் உண்டு. ஒரு தடவை ஒரு வியாபாரி சொன்ன பொருட்களைக் கொண்டு வரும்பொழுது, இராணுவ சோதனைச் சாவடியில் சோதனை இட்டபொழுது மாபையினுள் பற்றரி இருப்பது கண்டுபிடிக்கப்பட்டது. அதற்குப்பின் சுங்க அதிகாரிகள் பீற்றோமேல் ஒரு கண் வைத்திருந்தார்கள். இதற்கிடையில் ஒரு சுங்க அதிகாரி ஒருவரிடமிருந்து கடன் பெற்றான். இது மலசல கூடம் கட்டவும் அவனது கனவான மோட்டார் சைக்கிளுக்கு முன்பணம் கட்டவும் போதுமானதாக இருந்தது. இதற்கு மாற்றாக சுங்க அதிகாரிக்குப் பல கடத்தல் பொருட்களைக் கொண்டுவந்து கொடுக்க வேண்டும். பீற்றோவின் மனைவி, பீற்றோவிற்கு முழு ஒத்துழைப்புக் கொடுத்தார். மகளுக்கு தகப்பன் கடத்தல் செய்வதே அவமானம். இதனால் மகளுக்கும் தந்தைக்குமிடையில் ஒரு அகப்போரே நடந்து கொண்டிருந்தது. தனது ஊடகவியல் படிப்பிற்குப் பல்கலைக்கழகம் செல்ல பீற்றோ தடை சொல்வதுடன், பணமில்லை என்பதும் மகளுக்கு அவமானமாகவும், கோபமாகவும் இருந்தது.

பீற்றோ மட்டுமல்ல அவ்வூர் மக்கள் அனைவரும் தம் சக்தியை மீறி முதலிட்டு மூலப் பொருட்களை வாங்கித்

தயாரிப்புக்களில் ஈடுபடத் தொடங்கினார்கள். பீற்றோ கழிவறையைத் தகரத்தில் அமைப்பதற்குப் பதிலாக, சிமெண்டில் கட்டத் தொடங்கிவிட்டான். இதற்காக இவனது கடத்தல் பயணங்கள் அதிகரிக்கத் தொடங்கின. நாள் நெருங்க நெருங்க, பதட்டமும் எதிர்பார்ப்பும் அதிகரிக்கத் தொடங்கியது. மலசல கூடத்திற்குக் கதவு மட்டும்தான் போடவேண்டும். அதனைக் கூட மரத்தில் கவர்ச்சியாகப் போட பீற்றோ முடிவெடுத்தான். மனைவி, மகளை எப்படி வருவோரிடம் கதைக்க வேண்டும் எனப் பயிற்சியும் கொடுத்தான். சகல தயாரிப்புக்களும் முடிந்து கதவும் போட்டு தயாராகக் காத்து நின்றார்கள் மகளும் தாயும். அவ்வூரில் பொருட்கள், பட்சணங்கள் குவிந்திருந்தன.

பீற்றோ அன்று காலையும் சைக்கிளில் பிரேசில் எல்லையைக் கடந்து கடத்தல் பொருட்களுடன் வரும்பொழுது, இராணுவ சோதனை முகாமில் ஏற்பட்ட தகராறில் சைக்கிள் உடைக்கப்பட்டுவிட்டது. மகளும் தாயும் அவ்வூர் மக்களும் இருபதாயிரம் விருந்தினர்களை எதிர்பார்த்துக் காத்து நின்றார்கள். வீதியெங்கும் கடைகள். வியாபாரிகள் ஆவலுடன் தங்களைத் தாங்களே உற்சாகப்படுத்தி நின்றார்கள்.

அந்த நாளும் வந்தது. பெருமளவு ஊடகவியலாளர்களும் சிறிதளவு பக்தர்களும் வந்திருந்தார்கள். பல கடைகளில் எவருமே காணப்படவில்லை. யேசுவின் உருவம் பொதித்த உருவச் சின்னங்களே பெருமளவு விற்கப்பட்டன. பீற்றோவின் மலசல கூடத்தை எட்டிப்பார்ப்பார்கள் எவருமே இல்லை. உணவுப் பொருட்கள் பெருமளவு வீணாகிவிட்டன. மிகுதி நாய்களுக்கும் பூனைகளுக்கும் பன்றிகளுக்குமே வீசப்பட்டது. வீணானவற்றைச் சாப்பிடுமளவிற்கு அவ்வூரில் மிருகங்கள் இல்லை.

பீற்றோ சைக்கிளுமின்றி மலசல கூட வருமானமுமின்றி எதுவுமற்றவனாகிவிட்டான். அவ்வூர் மக்கள் பலரின் கதியும் அதுவே. பீற்றோ இப்போ நடந்து கடத்தல் பொருட்களைக் கொண்டுவரத் தொடங்கிவிட்டான்.

இப்படத்தின் பல காட்சிகள் இயற்கை ஒளியில் படமாக்கப் பட்டுள்ளன. பச்சை பசேல் என்ற வயல்கள், பச்சையை மீறி வெளிப்படும் வறுமை, மஞ்சள் வெயில் பிரகாச ஒளி வெளிப் படுகின்றது. பெரும்பாலான காட்சிகள் பகலிலேயே படமாக்கப் பட்டுள்ளன. மிகக் குறைந்த செலவில் முக்கியமான ஒளிக் கருவியாக சூரியனையே கொண்டு படமாக்கப்பட்டுள்ள முறை குறிப்பிடத்தக்கது.

திரைக்கதையாசிரியர்கள் தமது நோக்கத்திலிருந்து சற்றும் மாறாமல் இறுதி வரை கதையை நகர்த்துகின்றார்கள். கதாசிரியர்கள் மத்தியில் எழுந்துள்ள உண்மை சார் கேள்வி களும், மனச்சாட்சியின் வெளிப்பாடும் பாத்திரங்ளில் பதிவாகி யுள்ளன. பீற்றோவும் அவனது மகளும் சமூகத்தை வெவ்வேறு கோணங்களில் பார்க்கின்றார்கள். அவர்களது உணர்வுகள், சமூகம் மீதான பார்வைகள், கோபங்கள் இயல்பாக வெளிப்படு கின்றன. இறுதியில் வறுமை காரணமாக ஒரே கோட்டில் பயணிக்கின்றனர்.

படத்தின் களம் புதியது. மனிதர்கள் எம்முடன் அன்றாடம் சந்திக்கும் மனிதர்கள். இவர்களது இயல்பு மாறாமல் பதிவாக்கியுள்ளார்கள். பீற்றோவுக்கும், மனைவிக்குமான உறவு, பீற்றோவுக்கும் மகளுக்குமான காட்சிகள் பெரும்பாலும் வசனமற்று, இயல்பாகக் காட்சியமைக்கப்பட்டுள்ளன. கவித் துவமான காட்சிகள். இது லத்தீன் அமெரிக்கப் படங்களுக்குரிய தனிச் சிறப்பு.

ஊடகங்களின் அதீத கற்பனையும் அதீத விளம்பரமும் ஒரு சிறு கிராமத்தையே சூறையாடிவிட்டது. 20,000 பேர் என்ற கணிப்பு எந்த அடிப்படையில்? பொறுப்பு வாய்ந்த ஊடகத்தின் பொறுப்பின்மையையும் விளம்பர மோகத்தின் எதிர்விளைவையும் இச்சிறு சமூகம் பரிசாகப் பெற்றுள்ளது. தமது வாழ்நாள் முழுவதும் உழைத்து வட்டி கட்ட வேண்டிய நிலையை ஊடகங்கள் ஏற்படுத்திவிட்டன. இங்கு பீற்றோ மட்டுமல்ல தோல்வியாளர். முழுச் சமூகமுமே. இதற்கு யார் காரணம் அரசா? மத நிறுவனமா? என்ற கேள்வி எழுகின்றது.

ஒரு சிறு சமூகத்தைச் சுரண்டும் ஊழல் அதிகாரிகள், அதனைச் சுற்றியுள்ள அரசு ஆகியவற்றையும் படம் கடுமையாகச் சாடுகின்றது.

போப்பாண்டவர் ஒரு ஊருக்கு வரும் பொழுது அவ்வூர் மக்கள் அவரது தரிசனத்தையே தேடி நிற்பார்கள். இங்கு மாறாக இவ்வூர் மக்கள், இதனால் தாங்கள் எவ்வாறு சிறிது பணம் பெறலாம் என நினைக்கின்றார்கள். வறுமையில் வாழ்பவர்களுக்கு வயிறு முக்கியம். எத்தனை முறை தோல்வியடைந்தாலும் தொடர்ந்து வாழ்வுக்காகப் போராடும் மக்கள். சைக்கிளை இழந்த போதும் நடந்து கடத்தலைத் தொடங்கும் பீற்றோ. இங்கு சட்ட விரோதம் என்பது அவர்களது வாழ்வு. பார்வையாளர்களுக்கும் பீற்றோ குழவினர் அவ்வாறு தெரியவில்லை. மாறாக அங்கு செயல்படும் அதிகாரிகளே சட்டவிரோதிகளாகத் தெரிகின்றனர்.

நிலம் உண்டு வளம் உண்டு. வறுமையும் ஊழலும் எங்கிருந்து வருகின்றன? என்ற கேள்வி இப்படத்தைப் பார்க்கும் பொழுது எழுகின்றது. இவ் ஊர் மக்களின் வில்லனாக போப்பாண்டவர் வருகை அமைந்துவிட்டது. இப்படம் ஒஸ்கார் பட்டியலில் இடம் பெறாமைக்குக் காரணம் படத்தின் தலைப்பு. மேற்கத்தியம் தமது வாழ்வு முறை என எதிர்பார்க்கும் அமைதிக்கும், நேர் கோட்டு வாழ்வு முறைக்கும் எதிரான திரைப்படங்கள் நிராகரிக்கப்படுகின்றன.

இப்படம் உண்மைச் சம்பவங்களைக் கொண்டது. போப் பாண்டவர் 1998இல் லத்தீன் அமெரிக்க சுற்றுப் பயணத்தின்போதே இது நடைபெற்றது. இதனைப் பார்த்த பின்னர் சீனாவில் இருந்து பெருமளவு சுற்றுலாப் பயணிகள் தைவானுக்கு வருவார்கள் என்ற சீன அரசாங்கத்தின் அறிவிப்பை தைவான் பெரிதாக எடுக்கவில்லை. இப்படத்தின் எதிர்விளைவு இது என தைவான் பத்திரிகை ஒன்று செய்தி வெளியிட்டிருந்தது.

Cast: César Troncoso, Mario Silva, Virginia Méndez and Virginia Ruiz

Directors/Screenwriters: Enrique Fernández and César Charlone

நிழல்

12 Years a Slave

28 வருடங்களுக்கு முன்பு அகதியாக மொன்றியலில் உள்ள மிராபல் (*Mirabel*) விமான நிலையத்தில் தை மாத முற்பகுதியில் வந்திறங்கிய போது காலை 10 மணி. அகதி விசாரணைகள் முடிந்து அங்கிருந்த ஒரு கறுப்பின மொழிபெயர்ப்பாளரின் உதவியுடன் மொன்றியல் நகருக்கு வந்தபோது மாலை 4 மணி. நான் மொன்றியல் நகரில் இறங்கிய போது குளிர் பூச்சியத்துக்குக் கீழே 27 பாகை எனப் பேரூந்து நிலைய அறிவித்தல் பலகை காட்டியது. அப்போது என்னால் அந்தக் குளிரின் கொடூரத்தை உணரமுடியவில்லை. என்னிடம் அப்போது இருந்தது 2 கனடிய டொலர்கள். அங்கு நின்றவர்களிடம் எனது அரைகுறை ஆங்கிலத்தில் விலாசத்தைக் காட்டி வினவி மற்றொரு பேரூந்தில் ஏறிக் கொண்டேன். புதிய இடம், கடும் குளிர், புதிய மொழி நான் அணிந்திருந்த ஆடைகளோ உஷ்ணப் பிரதேசத்துக்குரிய உடைகள். அறிவித்தல் விளம்பரப் பலகைகளில் பெரிதாக பிரெஞ்ச் மொழியே இடம் பெற்றிருந்தது. எனக்குள் ஒரு ஏக்கம், தாகம், எதிர்பார்ப்பு எனப் பலவகை உணர்வுகளுடன் பேரூந்தில் பயணித்துக் கொண்டிருந்தபோது எனக்கருகில் ஒரு வயோதிக கறுப்பினத் தம்பதிகள் அமாந்திருந்தனர். எனது உடையைப் பார்த்தவுடன் நான் ஊருக்குப் புதிது என்பதை இலகுவாகக் கண்டு கொண்டார்கள். ஆங்கிலத்திலேயே உரையாடலைத் தொடங்கினர். நான் இறங்கவேண்டிய இடம் வந்தபோது தங்களிடமிருந்த குளிருக்கு அணியும் நீல நிறத் தொப்பி ஒன்றை எனது தலையில் மாட்டி விட்டனர். என்ன நினைத்தார்களோ தெரியாது

என்னுடன் இறங்கிவிட்டார்கள். நான் இடம் தவறி வந்துவிட்டேன் என்பதை நான் அறிய சில நிமிடங்கள் பிடித்துவிட்டது. ஆனால் அவர்கள் எனக்கு முதலே அறிந்து ஒரு டாக்சி ஒன்றைப் பிடித்து என்னை எனது நண்பனின் முகவரியில் இறக்கிவிடுமாறு கேட்டுக் கொண்டார்கள். டாக்சி சாரதி ஒரு கிழக்கு ஐரோப்பியர். அவர்கள் பணம் கொடுத்தபோது வாங்க மறுத்துவிட்டார். நண்பன் அங்கில்லாவிட்டால் தங்களது முகவரியைக் கொடுத்து அங்கு அழைத்து வரவும் என சாரதிக்குக் கூறினார்கள். அதன் பின்னர் கடந்த முப்பது வருடத்தில் அவர்களைச் சந்திக்கும் சந்தர்ப்பம் கிடைக்கவில்லை. ஆனால் அவர்கள் எனக்களித்த குளிர்த் தொப்பி இன்றும் என்னிடமிருக்கின்றது. அவர்களது முகம் இப்பொழுதும் தெளிவாக எனது மனதில் பதிந்துள்ளது.

கால ஓட்டத்தில் பல கறுப்பினத்தவர்களைச் சந்தித்துக் கொண்டிருந்தேன். பலர் என்னுடன் வேலை பார்த்தார்கள். பெரும்பாலான தடவைகள் நானும் அவர்களில் ஒருவன் என்பதை வெள்ளை இனத்தவர்கள் நினைவுபடுத்திக் கொண்டிருந்தார்கள். எனக்கு மற்றுமொரு பட்டப் பெயரும் உண்டு. அது “பாக்கி”. இவ்வாறு அழைத்தவர்களுக்கு இந்தியாவுக்கும் பாகிஸ்தானுக்கும் உள்ள பகை உணர்வு தெரியாது. இலங்கைக்கும் பாகிஸ்தானுக்கும் நேரடித் தொடர்பெதுவும் இல்லை என்பதும் தெரியாது. ஆனாலும் தென்கிழக்காசியர்கள் அனைவரையும் அப்பெயரிலேயே அழைத்தனர். காலப்போக்கில் ரொரண்ரோவில் சிறுபான்மையினரின் எண்ணிக்கை அதிகரிக்க இவ்வாறான பட்டப் பெயரழைப்பு இல்லாமல் போய்விட்டது. ஆனால் நாங்கள் இப்பொழுதும் எங்களுக்குள் சீனர்களை “சப்பட்டைகள்” என அன்புடன் அழைக்கின்றோம். இதற்கு சீனர்களின் மூக்கு தட்டையானது என்ற உயிரியல் விளக்கம் வேறு. இதை விட மற்றொரு காரணத்தையும் கூறுவதுண்டு.

சில வருடங்களுக்கு முன்னர் ஒகாயோ மாநிலத்தின் தலைநகரான கொலம்பசில் உள்ள அரும்பொருட் காட்சியகத்தில் கறுப்பினத்தவர்கள் பற்றிய காட்சியறையில் வீடொன்றில் கறுப்பினப் பெண்கள் மேலாடையின்றியிருப்பது பற்றி ஒரு பத்து வயது வெள்ளை இனச் சிறுவன் தனது தந்தையிடம் வினவினான். அதற்குத் தந்தை “அவர்கள் அப்போது நாகரீகமற்றிருந்தார்கள். காட்டுமிராண்டிகளாக வாழ்ந்தார்கள்” எனப் பதிலளிக்கின்றார். இதுதான் இன்றைய அமெரிக்காவில் கறுப்பினத்தவர்கள் பற்றிய கருத்தியலாகச் சிறார்கள் மத்தியில் படிந்துள்ளது.

இவ்வருடம் ரொரண்ரோ சர்வதேசத் திரைப்படவிழாவில் *12 Years A Slave* என்ற திரைப்படம் காண்பிக்கப்பட்டது.

இதற்கு முன்பாக குறிப்பாக ஸ்பில்பேர்க்கின் *(Steven Spielberg) Amistad* என்ற படம் அடிமை வியாபாரத்தின் கொடூரத்தை வெளிப்படுத்தியுள்ளது. ஆப்பிரிக்க நாடான *Sierra Leone*னிலில் இருந்து அடிமைகள் கியுபாவிற்குக் கொண்டு செல்லப்படுகின்றார்கள். *La Amistad* கப்பலில் பயணிக்கும் இவர்கள் ஆறு வாரங்களின் பின்னர் குடிநீர், போதிய உணவின்றி அவதிப்படுகின்றார்கள். கரையொன்று தென்படுகின்றது. அப்பொழுது இக்கப்பலை அமெரிக்க இராணுவக் கப்பல் கைப்பற்றி கரைக்குக் கொண்டு செல்கின்றது. அதன் பின்னர் இவ்வடிமைகள் எவ்வாறு கொடூரமாக நடத்தப்படுகின்றார்கள் என்பதனையே இப்படம் பதிவு செய்துள்ளது. இவர்களைப் பொருட்களாகவே கருதினார்கள் ... அப்போதைய ஸ்பானிய அரசி இரண்டாம் ஸ்பெல்லா அமெரிக்க ஜனாதிபதியிடம் *(Martin Van Buren)* கப்பலுக்கும் அடிமைகளின் சந்தை விலைக்கும் *(market value of the slaves)* நட்ட ஈடு கோரியிருந்தார். இப்படத்தை மீண்டும் பார்த்தபோது இலங்கைப் போரால் அகதியாகப் பல நாடுகளுக்குக் கப்பலில் செல்லும் தமிழர்கள் நினைவுக்கு வந்தார்கள். இவர்களும் பல்வேறு நாட்டு அரசுகளால் மிக மோசமாகவே நடத்தப்படுகின்றார்கள்.

1800களின் ஆரம்பத்தில் இளம் வயது (20) ஆரோக்கியமான இளைஞனின் விலை 333இல் இருந்து 500 டொலர்களாக இருந்தது. இது பின்னர் 1849இல் 700 – 800 டொலர்கள் வரை உயர்ந்திருந்தது. பெண்களுக்கும், தொழிற்திறன் உள்ளோருக்கும், சிறுவர்களுக்கும் என தனித் தனி விலைகள் இருந்தன.

இவ் அடிமை வியாபாரம் அன்று அமெரிக்காவில் முக்கிய வியாபாரமாகத் திகழ்ந்தது. அடிமை வாழ்வைப் பதிவு செய்த வேறு சில படங்கள் இவை. Be loved (1998), Manderlay (2005), Django Unchained (2012), Tula (2013), Mandingo (1975), Sankofa (1993), Glory (1989). இவற்றுடன் கடந்த வருடம் வெளியான லிங்கனையும் உள்ளடக்கலாம்.

இவ் வரிசையில் வெளிவந்துள்ள மற்றொரு படமே 12 Years A Slave. இப் படம் உலகின் மிக முக்கிய திரைப்பட விழாக்கள் வரிசையில் உள்ள ரொரண்ரோ சர்வதேச திரைப்படவிழாவில் மக்கள் தேர்வு சிறந்த திரைப்பட விருதைப் பெற்றது. இவ் விருதைப் பெற்ற The King's Speech, Slumdog Millionaire ஆகிய படங்கள் ஒஸ்காரின் சிறந்த படத்துக்கான விருதைப் பெற்றன. எனவே இப் படமும் ஒஸ்காரின் சிறந்த பட விருதைப் பெறும் என எதிர்பார்க்கப்படுகின்றது.

Solomon Northupஇன் 12 Years A Slave என்ற வாழ்க்கை வரலாறே இப் படம். சொலமனின் சுயசரிதத்தை இவர் கூற எழுதியவர் நியூயோர்க்கைச் சேர்ந்த டேவிட் வில்சன் என்ற வெள்ளை இன வழக்கறிஞர். இதனால் இதன் உள்ளடக்கம் பற்றிய விமர்சகர்களின் கருத்துக்கள் இதன் நம்பகத்தன்மையை ஏற்றுக் கொண்டபோதும் முற்று முழுதாக சொலமனின் கருத்துக்கள் பிரதிபலிக்கப்படவில்லை எனக் கருதுகின்றன. இச் சுயசரிதம் ஏற்கனவே 1984இல் Solomon Northup's Odyssey என்ற பெயரில் திரைப்படமாக வெளிவந்தது. இதனை இயக்கியவர் Gordon Parks இதில் சொலமனாக நடித்திருப்பவர் Avery Brooks. இப்படம் மிகப் பெரிய கவனத்தை ஈர்க்கவில்லை.

இம்முறை இப்படத்தை இயக்கியிருப்பவர் Steve McQueen. இவர் பிரித்தானியாவைச் சேர்ந்தவர். அடிமைகளைப் பற்றிய படங்களில் பெரும்பாலானவற்றை வெள்ளை இன இயக்குனர்களே இயக்கியுள்ளார்கள். விதிவிலக்காக 12 Years A Slave சுயசரிதத்தின் இரு படங்களையும் கறுப்பின இயக்குனர்களே இயக்கியுள்ளார்கள்.

1619இல் முதல் கறுப்பின அடிமை அமெரிக்காவிற்குக் கொண்டு வரப்பட்டார். 188 வருடங்களின் பின்னரே அமெரிக்கா அடிமைகளை இறக்குமதி செய்வதைத் தடைசெய்தது. முதல் அடிமை வந்து 246 வருடங்களின் பின்னர் 1865இல் அடிமை முறை ஒழிப்பு சட்டமாக்கப்பட்டது. 1868இல், முன்னால் அடிமைகளுக்கு அமெரிக்கக் குடியுரிமை வழங்கப்பட்டது. சுமார் 250 வருடங்கள் கறுப்பின அடிமைகள் பல்வேறு சித்திரவதைகளையும் வன்முறைகளையும் எதிர்கொண்டு

வாழ்ந்து வந்தனர். இந்த வரலாற்றின் ஒரு சிறு கல்லே 12 வருட அடிமை என்ற இப்படம்.

சொலமன் நோத்யப் 1808இல் ஒரு சுதந்திர பிரஜையாகவே அமெரிக்காவில் பிறந்தார். இவரது தந்தை ஒரு முன்னாள் அடிமை. இளம் வயதில் தந்தைக்கு உதவியாகத் தோட்டங்களில் வேலை பார்த்தார். 1829 கிறிஸ்மஸ் அன்று அனி ஹம்படனைத் திருமணம் செய்து கொண்டார். அனி ஹம்படன் கறுப்பு, வெள்ளை, பூர்விக இந்தியக் கலப்பைக் கொண்டிருந்தார். இவர்களுக்கு மூன்று பிள்ளைகள். இவர் பின்னாளில் சிறந்த பிடில் இசைக் கருவி வாசிக்கக் கூடியவராகத் தேர்ச்சி பெற்றிருந்தார். (திரைப்படத்தில் வயலின் வாசிப்பவராகக் காட்டப்படுகின்றார்.) 1841இல் இருவர் இவருக்கு வோசிங்கடனில் உள்ள இசைக் குழுவில் கலைஞராக இருப்பதற்கு அதிக பணம் கொடுப்பதாகக் கூறி வோசிங்டன் அழைத்துச் செல்கின்றனர். அங்கு இவரை அடிமையாக விற்றுவிடுகின்றனர். அதன் பின்னர் ஒரு ஏலத்தில் நியு ஓர்லன்ஸ்ல் உள்ள ஒரு முதலாளி இவரை வாங்குகின்றார். இதன் பின்னர் பல முதலாளிகளிடம் இவர் வேலை செய்கின்றார். இக் காலகட்டத்தில் இங்கு வேலைக்கு வரும் ஒரு வெள்ளை இனக் கனடியர் இவரது இருப்பையும் இடத்தையும் இவரது குடும்பத்துக்குக் கடிதம் மூலம் தெரியப்படுத்துகின்றார். இதன் பின்னர் அதிகாரிகள் இவரை மீட்கின்றனர். இவர் தன்னைக் கடத்தியவர்களுக்கு எதிராக வழக்குத் தொடர்ந்தார். இவரால் வெற்றி பெற முடியவில்லை. இவர் 1863இல் இறந்ததாக நம்பப்படுகின்றது. இப்படம் இவர் கடத்தப்பட்டதில் இருந்து விடுதலையடைந்த வரையிலான காலகட்டத்தைப் பதிவு செய்துள்ளது. இக் காலகட்டத்தில் இவருடன் இருந்த அடிமைகளை முதலாளிகள் செய்த சித்திரவதைகளை வலியுடன் வெளிப்படுத்தியுள்ளது. தாயிடமிருந்து பிள்ளையைப் பறித்து வேறு முதலாளிகளுக்கு விற்றல், பெண்களுடன் வன்புணர்வு கொள்ளல், கயிற்றில் கட்டி தூக்கிலிடுதல் போன்ற பயங்கரங்களையும் பதிவு செய்துள்ளது. சக அடிமையாக இருந்த பெண் தப்பி ஓட முயற்சித்தாகக் கூறி அப்பெண்ணை நிர்வாணமாக்கி சவுக்கால் அடிக்கச் சொல்வார் முதலாளியம்மா. அப்பெண் நிர்வாணமாக்கப்பட்டு மரத்தை கட்டிப்பிடித்துக் கொண்டிருந்தார். அப்பெண்மீது சவுக்கால் அடிக்குமாறு சொலமன் பணிக்கப்படுகின்றார். என்ன செய்வது? அடிக்கத்தானே வேண்டும். சொலமனுக்கு ஒரு தடவை தண்டனை வழங்கப்பட்டு மரத்தில் கட்டி தூக்கப்படுகின்றார். கால்கள் நிலத்தைத் தொடாவிட்டால் உயிர் போய்விடும். அந்நிலையில் இப்பெண் சொலமனுக்குத்

தண்ணீர் வழங்குகின்றார். அதே பெண்ணை சொலமனே அடிக்கும் நிலைக்குத் தள்ளப்பட்டுவிட்டார். சொலமன் வேலை செய்த இடங்களில் தனது திறமையால் முதலாளிகளுக்கு லாபம் அதிகமாகவும் வழிவகைகள் செய்துள்ளார். பருத்தித் தோட்டங்களில் வேலை செய்த காலங்களில் கடுமையாக வேலை வாங்கப்பட்டார்.

இப்படத்தை இயக்கிய Steve McQueen இதற்கு முன்பு 2008இல் Hunger படத்தை இயக்கியுள்ளார். இது வட அயர்லாந்தில் உண்ணாவிரதமிருந்து இறந்த Bobby Sandsஇன் போராட்டத்தை மையமாகக் கொண்டது. அரசியல் போராட்ட வரலாற்றை வெளிப்படுத்துவதில் திறமை கொண்ட இவரின் திரைமொழி இப்படத்திலும் சிறப்பாக வெளிப்படுத்தப்பட்டுள்ளது.

இயக்குனர் மூன்று வேறு நிலைகளில் அடிமை வாழ்வியலை வெளிப்படுத்தியுள்ளார். முதலாவது அடிமை வாழ்வின் துன்பியல். இங்கு முதலாளிகளின் அக மனப்பிறழ்வை ஒரு மனநோய்க்கு ஒப்பானதாக வெளிப்படுத்துகின்றார். இரண்டாவது அடிமைகளாக வாழும் கறுப்பினத்தவரின் இயல்பான மனோநிலை, அன்றாட அகப் புறத் தேவைகள், அதனை அவர்கள் எவ்வாறு பூர்த்தி செய்தார்கள் என்பதனைப் பதிவு செய்துள்ளார். மூன்றாவது புறம் சார்ந்தது. சமூகம், அரசு, மதம் அடிமைத்தனத்தின்மீது கொண்டுள்ள கருத்தியல் மீதான தனது கருத்தை முன்வைக்கின்றார்.

முதல் இரண்டு நிலைகளையும் பின்வரும் காட்சிகளுக்கூடாக விளங்கிக் கொள்ளலாம். நூலாசிரியரின் நோக்கம் அடிமை ஒழிப்பு. இதனைக் கருத்தில் கொண்டு அடிமைகளின் நாளாந்த வாழ்வியலில் அவர்கள் சந்திக்கும் இயல்பான உள்மன உளைச்சல்களையும் தேவைகளையும்கூட அழகாக இயக்குனர் வெளிப்படுத்தியுள்ளார். சொலமன் அடிமையாக்கப்பட்ட ஆரம்ப நாட்களில் பல அடிமைகளுடன் இரவில் தூங்குகின்றார். அப்பொழுது இவருக்கு அருகில் உறங்கும் பெண் இவருடன் உறவு கொள்கின்றாள். இவ்விடத்தில் இப்பெண்ணின் முகம் காட்டப்படவில்லை. உடல் அசைவுகள் மூலமே இயக்குனர் காட்சியைப் பதிவு செய்கின்றார். அடிமையாக இருந்த போதும் தனது உடலை தனது கட்டுப்பாட்டுக்குள் வைத்துள்ளாள் என இயக்குனர் இக்காட்சிக்கான விளக்கத்தை நியு யோர்க் ரைம்ஸ் பத்திரிகைக்கான பேட்டியில் கூறுகின்றார். புணர்ந்து முடிந்தவுடன் வழமையான தனது நரக வாழ்வை நினைத்து அழுகின்றாள். சொலமனுக்கும் இரு பெண்களுடன் இக் காலகட்டத்தில் உறவுகள் ஏற்படுகின்றன. அடிமையாக வாழ்வோரின் அக வாழ்வியலையும் இங்கு இயக்குனர் வெளிப்படுத்தத் தவறவில்லை.

(ஹரிசன் ஆன் ஜேக்கப் எழுதிய Incidents in the Life of a Slave Girl நூல் பெண்களின் அவலங்களைக் கூறுகின்றது.)

அநேகமான ஹொலிவுட் படங்களில் கறுப்பின ஆண்கள் முரட்டுத்தனம் நிறைந்தவர்களாகக் காட்டப்படுவார்கள். இப்படத்தில் சொலமன் ஒரு பொறுப்புள்ள, பாசமுள்ள தந்தையாக, கணவனாக அறிமுகப்படுத்தப்படுகின்றார். பின்னரும் இவர் ஒரு இரக்கமுள்ள, உணர்ச்சியான, துணிச்சலான மனிதனாக காட்டப்படுகின்றார். சொலமனாக இயல்பாக Chiwetel Ejiofor நடித்துள்ளார்.

இப்படத்தில் வரும் ஒவ்வொரு அடிமைப் பாத்திரங்களும் தனித்தன்மை கொண்டவையாக உள்ளன. இது கறுப்பின மக்களின் ஆற்றலையும் சக்தியையும் வெளிப்படுத்துகின்றது. படத்தில் ஒரு சில இரக்கமுள்ள முதலாளிகளும் காட்டப்பட்டபோதும், அடிமைகள் கொடுமைப்படுத்தப்படும்பொழுது அங்கு நிற்கும் வெள்ளை இனத்தவர் அக்காட்சிகளை இரசிப்பவர்களாகவும் உணர்ச்சியற்றவர்களாகவும் வெளிப்படுத்தப்படுகின்றனர்.

மூன்றாவது நிலை இயக்குநரின் விமர்சனமாகவே வெளிப்படுகின்றது. இதே காலகட்டத்தில் ஒடுக்கப்பட்டு அழிக்கப்பட்டு வட அமெரிக்காவின் எல்லைப் புறங்களை நோக்கித் தள்ளப்பட்ட முதன்மைக் குடிகளும் பூர்விக மக்களுமான செவ்விந்தியர் இப்படத்தில் ஒரு காட்சியில் வருகின்றனர். ஒரு காட்சியில் கறுப்பின அடிமைகளுடன் செவ்விந்தியர் நடனமாடுகின்றனர். அக்காட்சியே அவர்களும் கறுப்பினத்தவரும் ஒரே நிலையில் உள்ளனர் என்பதனை வெளிப்படுத்துகின்றது. அரசு கறுப்பினத்தவரையும் செவ்விந்தியரையும் அடிமைப்படுத்தியே வைத்துள்ளது. அரசு அடிமைகளுக்கெதிராகவே இக்காலகட்டத்தில் இயங்கிவந்துள்ளது. அடிமைகளை வைத்திருந்தோர்மீது அரசு எவ்வித நடவடிக்கையும் எடுக்கவில்லை. கிறிஸ்தவ மதத்துக்கும் முதலாளித்துவத்துக்குமான நெருக்கத்தையும் இப் படம் வெளிப்படுத்தியுள்ளது. இதனைப் பொதுவாக மதத்துக்கும் அடிமைத்தனத்துக்குமான நெருக்கமாகவே பார்க்க வேண்டும். இத் திரைப்படம் கடும் கோடைகாலத்தில் படமாக்கப்பட்டபோதும் பெரும்பாலும் ஒளி குறைந்தே காணப்படுகின்றது. இயக்குனரின் உள்ளார்ந்த வெளிப்பாடாகவே இது வெளிப்படுகின்றது. அவரின் ஒரு விமர்சனமாகவும் ஒளிக்கின்றது. பெரும்பாலான கறுப்பின அடிமை பற்றிய படங்களில் ஒரு வெள்ளை இனத்தவரே வந்து கறுப்பினத்தவர்களைக் காப்பாற்றுவார். இப்படம் உண்மை சுயசரிதத்தை மையமாகக் கொண்டிருந்தபோதிலும் இங்கும் அதுவே வெளிப்படுகின்றது.

எதிர் சினிமா

இப்படம் இக்காலகட்டத்தில் மிக முக்கியமான படம். அமெரிக்க அதிபராக ஒரு கறுப்பினத்தவர் இருக்கின்றபோதும் இன்றும்கூடக் கறுப்பின மக்கள் பொருளாதார ரீதியிலும் சமூக ரீதியிலும் மிகவும் தாழ்ந்த நிலையிலேயே உள்ளனர். சிறைகளில் உள்ளோரில் 60 வீதமானோர் கறுப்பின மக்கள். அண்மைக் காலங்களில் கறுப்பின மக்களுக்கெதிரான வன்முறைச் சம்பவங்கள் அதிகரித்துள்ளன. இன்றைய அமெரிக்காவைக் கட்டியெழுப்பியவர்களில் கறுப்பின மக்களின் பங்கு கணிசமானது. மீண்டும் ஒரு தடவை தாங்கள் வந்த பாதையை மீளப் பார்த்து புத்துயிர்ச்சி பெற வேண்டும். இளம் சந்ததியினருக்கு இது ஒரு பாடமாகவும் அமையும். திரையரங்கில் எனக்கருகில் இருந்த வெள்ளை இனத்தவர்கள் சித்திரவதைக் காட்சிகளின்போது காணச்சகிக்காது கீழே பார்த்த வண்ணமிருந்தனர். ஆமேனியர்களைப் படுகொலை செய்த துருக்கியர் இன்றுவரை ஆமேனியர்களிடம் மன்னிப்புக் கேட்கவில்லை. இலங்கை அரசு தமிழ் மக்களிடம் எதுவும் கேட்கப்போவதில்லை. அமெரிக்கா ஒன்று மட்டும் செய்யும். ஒஸ்காரில் பல விருதுகளைக் கொடுக்கும்.

வலி நிறைந்த இவ் வரலாற்றை நாம் அனைவரும் சந்தர்ப்பம் கிடைத்தால் நிச்சயம் ஒரு தடவை பார்க்கவேண்டும்.

காலச்சுவடு

உலக சினிமாவின் தவிர்க்க முடியாத ஆளுமை அற்றம் எகோயன்

நாங்கள் என்றைக்குமே
கவனிக்கத் தவறிய இடம் வீடு
நிறைய திருத்தங்கள் தேவை
அங்கு ஒவ்வொரு வருடமும்
வெவ்வேறு மனிதர்கள்
ஓட்டைகளை அடைத்துவிட்டு
தங்களது தூசுக்களை
நிரவிச் செல்வர்

Robert N. Watson - Winter in the summer house

அற்றம் எகோயன் ஒரு முழுமையான படைப்பாளி அல்ல, வர்த்தக சினிமாவின் கண்களுக்கு இவர் இவ்வாறே தெரிகின்றார். தன்னை அவர் அவ்வாறு கூறிக்கொள்வதில்லை. அற்றம் எகோயன் ஒரு கலைத்துவமிக்க சுய விமர்சகர். கனடியத் திரைப்படங்கள் என்றவுடன் பல விமர்சகர்கள் மத்தியில் உடன் நினைவுக்கு வரும் பெயர் அற்றம் எகோயன். இவரது பெயரின் முதல் பகுதி அணுகுண்டை மையமாகக் கொண்டது. எகிப்தின் முதலாவது அணு குண்டு பரிசோதனை முயற்சியின் நினைவாக சூட்டப்பட்டது. இவரது பெற்றோர் எகிப்திய – ஆமேனியர். எகிப்தில் இருந்து இவர்களது குடும்பம பிரிட்டிஸ் கொலம்பியாவிற்குக் குடிபெயர்ந்தது. பின்னர் ரொரன்ரோ பல்கலைக் கழகத்தில் தனது பட்டப்படிப்பை மேற்கொண்டார்.

படிக்கும் காலங்களில் சாமுவேல் பெக்கெற், ஹரோல்ட் பின்ரர் போன்றோரது படைப்புக்களில் ஆர்வமேற்பட்டுத் தனது தேடலை வளர்த்துக் கொண்டார். சாமுவேல் பெக்கெட் பற்றிப் பல விரிவுரைகளையும் நிகழ்த்தியுள்ளார். ரொரன்ரோ பல்கலைக் கழகத்தில் ஒரு விரிவுரையாளராகவும் கடமையாற்றியுள்ளார். *(2006க்குப் பின்னர்)*

எங்களைப் போன்று ஒரு குடியேறியாக சிறிய வயதில் கனடாவில் குடியேறியவர். இவர் சந்தித்த துயரங்களை எங்களில் பலர் சந்தித்துள்ளோம். இவரது மூதாதையரும் எமது இனத்தைப் போல் படுமோசமான அழிவுகளைப் படுகொலைகளைச் சந்தித்துள்ளனர். “ஆர்மேனியா எனது கற்பனையானதல்ல. ஆனால் அநேகமாக புலம்பெயர் ஆர்மேனியர்களுக்கு அவர்களுடைய பூர்விகமான சொந்த நாட்டுடன் தொடர்புபடுத்தி அடையாளப்படுத்துகின்ற செயற்பாடொன்று மிகவும் தீவிரமாகப் புனரமைக்கப்பட்டுவிட்டது”*(1)* எனக் கூறியுள்ளார்.

இவர் ஆரம்பத்தில் ஆமேனிய கலாச்சாரத்தில் ஈடுபாடுகாட்டாதவர், பின்னர் தீவிரம் காட்டினார். தன்னை ஒரு ஆமேனியராக அடையாளப்படுத்துவதில் முன்னின்றார். ஒருவர் தன்னை ஒரு ஆர்மேனியராக அடையாளம் கண்டுகொள்வதில் வெட்கப்பட ஏதுமில்லை என்று அப்படி இன்னொரு அடையாளத்தையும் கொண்டிருப்பதில் மகிழ்வடைந்தார்.

இவரது துணைவியார் ஆர்சினே கன்ஜின் (Arsinee Khanjian) எகோயனின் பெரும்பாலான படங்களில் நடித்துள்ளார். இவரது முதலாவது படம் தயாரிக்கும்பொழுது ஒரு நடிகையாகச் சந்தித்தார். அதன் பின்னர் வாழ்க்கையிலும் இணைந்து கொண்டனர். திருமணத்தின்பின் இவர் மேலும் ஆமேனியராக தமது அடையாளத்தைத் தீவிரப்படுத்தினார்.

"என்னுடைய வரலாற்றுடனும் கலாச்சாரத்துடனும் பிணைந்த ஒரு கலைஞரைச் சந்தித்தேன். இது எனக்கு எப்பொழுதுமே, ஒருவேளை என் கனவாகவே இருந்தது" என்று எகோயன் தெரிவிக்கின்றார். ஆர்சினே அரசியலில் முதுமானிப் பட்டம் பெற்றவர். நாடகவியலும் படித்தவர். இறுக்கமான கட்டுக்கோப்பான ஆமேனிய சமூகத்திலிருந்து வெளிப்பட்ட இவர், தனது கணவனின் படங்களில் பாலியல் காட்சிகளில் இயல்பாக நடித்துள்ளார். பாலியல் விசயங்களை எகோயன் வெளிப்படுத்துகின்ற விதத்தில் நான் எப்போதும் அசௌகரியமாக உணர்ந்து கொண்டதில்லை. ஒருவேளை அது எனது ரகசியக் கற்பனைகளை நிறைவு செய்கின்ற ஒன்றாகவும் இருக்கக்கூடும் என ஆர்சினோ செவ்வி ஒன்றில் தெரிவித்துள்ளார்.

எகோயனின் திரைப்படங்களின் தனித்தன்மைகள்

வீரியமிக்க உணர்வின் அடித்தளத்தில் இருந்து வெளிப்படும் மன உளைச்சல்களை இவரது படங்களில் காணலாம். இந்த

மன உளைச்சல்கள் சமூகப் பார்வையில் ஒரு கிளர்ச்சியற்ற துயரங்கள் போன்றுள்ளன. இந்தச் சமூகப்பார்வைக்கு எதிரான பார்வையை இவர் வெளிப்படுத்தியுள்ளார். இவரது பாத்திரங்களைவிட வாழ்விடங்களே இவரது படத்தில் மனக்கிளர்ச்சியை உணர்ச்சிகளை வெளிப்படுத்தும் பார்வையாளர்களின் முகங்களை இவரது படங்களில் காணலாம். தொடர்ச்சியான இடைவெளியில் ஏற்படும் துயரங்களின் பல்லவியாக அல்லது இறுதிப் பாடலாக உள்ளன. இவ் விம்பங்கள் உயிர்த்துடிப்புடன் வெளிப்படுவதற்குப் பதிலாக ஒரு கண்ணாடிக் கூண்டுக்குள் அடைக்கப்பட்ட தங்கள் உணர்வுகளைத் தாங்களே (பார்வையாளர்கள்) தரிசிக்கும் நிலையை ஏற்படுத்துகின்றன.

ஒரு பொன்வயலில் மேகக் கூட்டங்களிடையே காணாமல் போய்விடும் மக்களின் துயரங்களுக்கான காரணத்தைக் கூறுமுன்னர் பார்வையாளர்களுக்குத் துயரங்களுக்கான காரணத்தை வெளிப்படுத்துவார். இதன் பின்னணி இசை பிரதான பங்கு வகிக்கும். இவர் ஓபரா எனப்படும் இசை நாடகங்களை மேடையேற்றியுள்ளார். *Seven Days* என்ற பிரென்ச் படத்தில் சிறுபிள்ளை பாடசாலைக்குச் செல்வதை வீட்டின் மேல்மாடிக் கண்ணாடியூடாக *long shot*இல் காட்டுவார்கள். அது பின்னர் நடக்கப்போகும் விளைவுகளை வெளிப்படுத்தும். இவரது படங்களில் இந்தத் தன்மையைக் காணமுடியாது. பாத்திரங்கள் பற்றிய எந்த வித அறிமுகங்களும் தகவல்களும் இராது. நுகர்வோரே அதன் ஆழத்தைத் தேட வேண்டும். இவரது பிந்தைய படங்களில் இதன் தாக்கத்தைக் காணலாம்.

*Exotica*வில் வரும் வரி அதிகாரி *Adoration*வில் வரும் ஆசிரியர் எனப் பல உதாரணங்கள். ஒவ்வொரு பாத்திரமும் நேரடியான பாத்திரங்களாக இல்லாமல் குழப்பம் நிறைந்த பன்முகத் தன்மையுடன் பார்வையாளர்களை வெவ்வேறு தளங்களுக்குக் கொண்டு செல்பவையாக இருக்கும். இப் பாத்திரங்கள் பேசும் மொழி நேரடி மொழியாக இருக்காது. பல தடவை சிந்திக்க வைக்கும் கவனமாகக் கோர்க்கப்பட்ட வசனங்களாகவே இருக்கும். பார்வையாளர்கள் எதிர்பார்க்கும் விடயங்களை இப் பாத்திரங்கள் வெளிக்கொணரமாட்டார்கள். மாறாக நுகர்வோரை எதிர்க்க வைக்கும் விசயங்களே வெளிப்படும்.

ஆமேனிய கிராமத்து வீதியில் செம்மறி ஆடுகளை மேய்க்கும் மனிதர்கள். அமைதியாக வாழ்ந்து கொண்டிருந்த ஆமேனிய மக்கள் சந்தித்த கொடுமைகள் இவரது படங்களில் பிரதான பங்கு வகித்துள்ளன. இவரது படங்களில் ஆமேனிய அடையாளத்தை மூன்று தளங்களில் கேள்விக்குட்படுத்தியுள்ளார். ஒன்று தேசியம்.

இரண்டாவது புலம்பெயரியல். அதாவது ஆமேனியாவிற்கு வெளியில் வாழும் ஆமேனியரின் வாழ்வியல். மூன்றாவது ஒன்றிணைப்பு. ஆமேனியாவைப் பற்றி நேரடியாக எடுக்கப்பட்ட படங்களுடன் மற்றைய படங்களிலும் ஆமேனியப் பாதிப்பைக் காணலாம். உதாரணம்; *The Sweet Hereafter*. ஆமேனியர் படுகொலை தமது மனதில் ஏற்படுத்திய காயங்களைப் பற்றி மிகவும் கடினமாக கான்ஸ் திரைப்பட விழாவில் கூறியுள்ளார். "என்னுடைய வாழ்க்கையில் நான் எப்போதுமே இனச்சுத்திகரிப்பு ஏற்படுத்திய ரணங்களை உணர்ந்தபடியே வாழ்ந்திருந்தேன். என்னதான் இருந்தாலும் ஆர்மேனியர்கள்மீதான இன அழிப்பை உலகம் இன்றைக்கும் ஏற்றுக்கொள்ளவில்லை. இதுதான் நான் தொடர்ந்த போராட்டத்தில் இருப்பதற்கான காரணமாகும்". படங்களுடன் *Asbarez, 20 May 1999*. இவரது பாத்திரங்கள் அனேகமானவை தங்களை ஆர்மேனியர்களாகவும் அதேசமயம் கனடியர்களாகவும் அழுத்தத்துடன் அடையாளம் காணக்கூடியவர்களாக இருக்கின்றார்கள்

நவீன தொழில்நுட்பம்

தொலைக்காட்சி மக்களிடையே துயரங்களைக் கொண்டு செல்கின்றது. புத்திஜீவிகள் உண்மையான துயரங்களை நிராகரிக்கின்றனர். அவர்கள் நுகர்வுக் கலாச்சாரத்தின் பிரதிநிதிகளாக உள்ளனர். துயரங்களுக்கான தீர்வையும் புத்தி ஜீவிகள் ஏளனஞ் செய்கின்றனர். மக்கள் தொலைக் காட்சியில் தங்களது முகத்தைத் தரிசிக்கும்பொழுது தங்களது வெறுமையையும் தாங்கள் அணிந்துள்ள முகமூடியையும் பார்க்கின்றனர்.

இன்றைய நவீன தொழில்நுட்பத்தின் பாதிப்பைப் பத்து வருடங்களுக்கு முன்பாகவே தனது முதல் மூன்று படங்களில் வெளிப்படுத்தியுள்ளார். வீடியோ கொன்பிரன்சிங், வீடியோ போன்றவற்றின் எதிர்வினைகளை இப்படங்களில் காணலாம். இவை இரண்டும் இப்படங்களில் முக்கிய பாத்திரங்களாகவே மாறியுள்ளன. ஒளிப்பதிவுக் கருவி, வீடியோ பதிவு இயந்திரம், தொலைபேசி, தொலைக்காட்சி, தொலைபேசி செய்தியைப் பதிவு செய்யும் கருவி போன்றவை இவரது படங்களில் வரும் சில முக்கிய பாத்திரங்கள். இவை ஊடகங்களின் நம்பகத்தன்மையைக் கேள்விக்குறியாக்கும். மக்கள் இதனைக் கண்ணாடியாகப் பார்க்கும் பொழுது உண்மை பொய்யாக வெளிப்படுகின்றது என்கிறார் எகோயன்.

ஊடகங்கள் மனிதர்களுக்கு எதிராக நிறுவனங்களுக்கு உதவி செய்கின்றன என்கிறார். நவீன தொழில்நுட்பங்கள் சமூக

வாழ்வியலை உடைத்துத் தனித்த வாழ்வியலை அதிகரிக்கின்றன. உதாரணம் நாடகம் நடிகர்களையும் பார்வையாளர்களையும் ஒரு அரங்கில் வைத்திருந்தது. திரைப்படம் நடிகர்களைப் பார்வையாளர்களிடமிருந்து அந்நியப்படுத்தியது. வீடியோ மற்றும் நவீன கருவிகள் சக பார்வையாளர்களையும் அந்நியப்படுத்தித் தனிமைக்குக் கொண்டு செல்கின்றது. இன்று செல்போன் போன்றவை இவற்றை மேலும் அதிகரிக்கின்றன. *Christian Metz' Notes on two kinds of voyeurism(5)* கருத்துக்களை ஒத்தவை இவரது கருத்துக்கள்.

எகோயனின் ஒவ்வொரு படமும் புகைப்பட – வீடியோ கருவிகளைப் பாத்திரமாகக் கொண்டுள்ளது. *Speaking Parts* படத்தில் ஒவ்வொரு பாத்திரமும் தங்களது உணர்வுகளை, கனவுகளை, நன்மதிப்புக்களை மற்றவர்களிடம் வீடியோவினுள் வெளிப்படுத்துகின்றார்கள். திருமணத்தை வீடியோ படமெடுப்பவர், வீடியோ கடைத் தொழிலாளி, வீடியோ கொன்பிரன்சிங் போன்றவை இப்படத்தின் தொழில்நுட்பப் பாத்திரத் தன்மையை வெளிப்படுத்துகின்றன. *The Sweet Hereafter*இல் வழக்கறிஞர் விபத்துக்குள்ளான பாடசாலைப் பேரூந்தை வீடியோவினுள் பதிவு செய்து துருவித் துருவிப் பார்க்கின்றார். அங்கு பிம்பங்களைத் தவிர வேறெதுவுமில்லை. இங்கும் மனித உயிரின் பேரிழப்பின் ஓர் அடையாளமாக இக்காட்சி வெளிப்படுகின்றது. வழக்கறிஞரின் விசாரணை நட்ட ஈட்டைப் பெற்றுக் கொடுக்கும். இறந்த இளம் உயிர்களை அல்ல. *Calendar*இல் தேவாலயங்கள் புகைப்படமெடுக்கப்படுகின்றன. அத்துடன் கணவன் மனைவியினது ஆமேனியப் பயணம் வீடியோ பதிவாக்கப்படுகின்றன. *Family Viewing*இல் வீடியோவில் பதியப்பட்ட காட்சிகள் பாதிப்பை ஏற்படுத்துகின்றன.

எகோயனின் பாத்திரங்கள் நிலையான பிம்பத்தினூடாக நினைவுகளை இயந்திர ஊடகங்களான வீடியோ போன்றவற்றில் தேடுகின்றார்கள். தங்களை அழுத்திக் கொண்டிருக்கும் சுய நினைவுகளை இவை சிறிதளவாவது வெளிப்படுத்துகின்றன என நினைக்கின்றார்கள். இவற்றால் ஏற்படும் கற்பனை நினைவுகள் சுய நினைவுகளை மாற்றீடு செய்யும் என இயக்குனர் கருதுகின்றார். புதிய தொழில்நுட்பம், வீடியோ கமாரா போன்றவை நாம் பார்ப்பனவற்றவை மாத்திரமல்லாது நாம் அவற்றிற்கூடாக உணர்பவற்றினையும் எம்மை மீள் பரிசோதனைக்குட்படுத்த வைக்கின்றன. சினிமா எம்மில் ஏற்படுத்திய தாக்கத்தைவிட வீடியோ தொலைக்காட்சி என்பன நாள்தோறும் எமது வாழ்வில் ஒரு அங்கமாக மாறிவிட்டதனால் ஏற்படுத்துகின்ற தாக்கங்கள் அதிகம். இவை பல்வேறு இடங்களில்

செய்திகளை, சம்பவங்களைத் தாங்கி வெளிப்படுத்துகின்றன. பல மனிதர்களை அவர்களின் பல்வேறு வாழ்வியல் துயரங்கள், சந்தோஷங்கள், கருத்துக்களை வெளிப்படுத்துகின்றன. தனிப்பட்ட பொதுவான என இரு வகை உணர்வுகளை, கருதுகோள்களை ஏற்படுத்துகின்றன. இவ் ஊடகங்கள் ஒரே விடயத்தைப் பலரிடம் பகிர்ந்து கொண்டாலும் ஒவ்வொருவரிடமும் வெவ்வேறான உணர்வுகளை ஏற்படுத்துகின்றன.

நவீன தொழில்நுட்பம் கருத்துப் பரிமாற்றத்தின் பரிமாணத்தைப் புதிய தளத்துக்கு இட்டுச் செல்கின்றது. கடிதங்கள் கணனியாக மாறி வேகத்தை அதிகரிக்கின்றன. தொலைபேசி வீடியோ போன்றவை பாலியல் தொழிலாளர்களுக்குப் பல புதிய வாடிக்கையாளர்கள் பெறுவதற்கு உதவியாகவுள்ளது. தொலைபேசி, வீடியோ கொன்பிரன்சிங் போன்றவை *pornography*ற்கு உதவியாகவுள்ளன. இதனை இவரது *Exotica, Speaking Parts* படங்களில் காணலாம். எகோயன் சொல்கிறார் "எங்களுடைய சமூகத்தைப் பாதிக்கின்ற மாற்றங்களில் ஒன்று என்னென்றால் நாங்கள் எப்போதும் மறைந்து போனவற்றின் விம்பங்களுடன்தான் வாழ்கின்றோம். அதன் காரணமாகவே அவற்றின் இழப்பிற்கான துயர்பகிர்விற்கான வெளி எங்களுக்கு எப்போதுமே இல்லாமல் இருக்கின்றது".

அன்று ஜெயகாந்தனின் "சினிமாவிற்கு போன சித்தாளு" சினிமா மக்கள்மீது ஏற்படுத்தும் தாக்கத்தை விமர்சனமாக முன்வைத்தது. இன்று எகோயன் நவீன தொழில்நுட்பம் ஏற்படுத்தும் பாதிப்புக்களை தனது ஒவ்வொரு படத்திலும் பதிவாக்கியுள்ளார். இவரது படங்களில் நவீன தொழில்நுட்பம் ஒரு முக்கிய பாத்திரமாகவே உள்ளது.(2)

நிர்வாகமயல்

உலகம் சட்டம், வழக்காறுகள், விழுமியங்கள், கலாச்சாரம், பண்பாடு போன்றவற்றால் கட்டப்பட்டுள்ளது. இவரது பாத்திரங்கள் அனைத்தும் தூய்மையாக ஒழுங்குமுறைகளைக் கடைப்பிடிப்பவையாக இருக்க மாட்டாது. அவை அனைத்தும் மேற்கூறிய அனைத்தையும் மீறியவையாகவே இருக்கும். அதேபோல் நிர்வாக முகவர்களான வரி அதிகாரி (*Exotoica*), ஆசிரியர் (*Adoration*) காப்புறுதி நட்ட ஈடு மதிப்பாளர், தணிக்கை அதிகாரி (*The Adjuster*), சுங்க அதிகாரி (*AARAT*) போன்ற பாத்திரங்கள் குழப்பம் நிறைந்தவர்களாகவும், நிர்வாக சட்டதிட்டங்களை, முறைகளை மீறுபவர்களாகவும் காணப்படுகின்றார்கள். இது இயக்குனர் நிர்வாகமயலுக்கு எதிராக முன்வைக்கும் கருத்துக்கள். நிர்வாகமயமாக்கல்

மனிதர்களை இயந்திரத்தன்மை கொண்ட பொம்மைகளாக மாற்றுகின்றன. சுயநலவாதிகளாகவும் மாற்றுகின்றன. மனித இயல்பை உடைக்கின்றது இந்த நிர்வாகமயம்.

நிறுவனமயப்பட்ட அரசு, சமூக நிறுவனங்களில் உள்ளோர் சாதாரண மனிதர்களின் வாழ்வில் செலுத்தும் ஆதிக்கம், செல்வாக்கை இவர் தனது படங்களில் கோபத்துடன் வெளிப்படுத்தியுள்ளார். வரி அதிகாரி, ஆசிரியர், சுங்க அதிகாரி, காப்புறுதி நட்ட மதிப்பீட்டாளர் போன்ற பாத்திரங்களின் ஆதிக்கத்தை இவரது படங்கள் வெளிப்படுத்தியுள்ளன. சாதாரண மனிதர்கள் மிகவும் பலவீனமாக்கப்பட்டுள்ளார்கள் என்பது இவரது குற்றச்சாட்டு. இது ஒரு முதலாளித்துவ சமூகத்தின் பெரிய பாதிப்பாகும்.

குடும்பம்

எகோயன் செக்ஸை நிறுவனமயப்படுத்த முடியும். எனவே ஏனைய விடயங்களும் நிறுவனமயப்படுத்த முடியும் என்கிறார். நிறுவனமயம் என்பதே மனித இயல்பு வாழ்விற்கு எதிராகவே செயல்படுகின்றது என்பது இவரது குற்றச்சாட்டு. இவரது படங்களில் பாலியல் சம்பந்தப்பட்ட காட்சிகளைக் காணலாம். இவை பாலியல் தொழில், நிர்வாணவியல், வர்த்தகமயப்பட்ட செக்ஸ் போன்ற விடயங்களின் பாதிப்புக்களை வெளிப்படுத்தும். குறிப்பாக காதல் காட்சிகளை இவரது படங்களில் காண முடியாது. அத்துடன் குடும்பம் பற்றிய வித்தியாசமான படிமங்களைக் காணலாம். குடும்பம் என்பது பல மனித சிக்கல்களைக் கொண்டுள்ளது. தனிமை, உணர்ச்சிவசப்படுத்தல், புரிந்துணர்வின்மை என்பனவே இவரது குடும்பங்களில் பரவிக் காணப்படுகின்றன. இதனை இவர் குடும்பம் என்ற நிறுவனத்திற்கு எதிராகத் தெரிவிக்கும் குரலாகவே காணலாம். ஒன்றை ஒன்று சார்ந்திருத்தல் இதன் வெளிப்பாடா? குடும்பம். உண்மையான கணவன், நல்ல மனைவி, சிறந்த அதிகாரி இவை உண்மையா? அப்படி ஒன்றில்லை என்பதே எகோயனின் வாதம்.

இவரது படங்கள் அனைத்திலும் கணவன் மனைவி என்ற பாத்திரங்களின் தூய தன்மை கேள்விக்குறியாக்கப்பட்டுள்ளது. *Exotica*வில் வரும் மனைவி கணவன், *Speaking Parts*இல் வரும் கதாசிரியர் என இவரது ஒவ்வொரு படத்திலும் அந்தத் தன்மையைக் காணலாம்; *Adoration*இல் வரும் மனைவி ஒரு தணிக்கை அதிகாரி. தணிக்கைச் சான்றிதழுக்கு வரும் படங்களைத் தனது வீடியோ கமாராவில் பதிவு செய்து வீட்டில் பார்ப்பார். இப்படத்தில் கணவன் மனைவி இருவரும்

குழப்பம் நிறைந்த குடும்ப வரையறையை மீறுபவர்களாகவே காட்டப்படுகின்றார்கள்.

லியோனார்ட் பெல்ற்றியேர் (Leonard Peltier)இன் கவிதை ஒன்று

நாம் ஒவ்வொருவரும்
குற்றமற்ற நிலையில்தான் தொடங்குகிறோம்
நாம் அனைவரும்
குற்றவாளியாக மாறுகிறோம்

இந்தத் தன்மையை இவரது பாத்திரங்களில் காணலாம். காமம் என்பது உடல் சார்ந்து இருக்காமல் அதிகாரம் சார்ந்து இருக்கின்றது என்பது இயக்குனர் முன்வைக்கும் குற்றச்சாட்டு. குடும்பம் என்பது ஆண் சார்ந்தது. இவரது படங்களில் வரும் ஆண்கள் இரண்டாந்தர ஆண்களாகவே உள்ளனர். இங்கும் நவீன தொழில்நுட்பம் இச்சைகளைத் தீர்க்கும் கருவியாகச் செயல்படுகின்றது. உடலுறவியலில் ஆண் ஒரு குற்றவாளியாகவும் பெண் குற்றமற்றவளாகவும் உள்ளார்கள் என்பதை இவரது படங்களினூடாகக் காணலாம். உடலுறவியலில் ஏற்படும் சிக்கல்களை, மனச்சிதைவுகளை இவரது படங்கள் பதிவு செய்துள்ளன. குடும்பம் என்பது ஒரு நிறுவனமயப்பட்ட விடயமே. அதனால்தான் குடும்பம் அதிகாரம் சார்ந்து இயங்குகின்றது. இங்குகூட உடலுறவியலின் நிலைகள் சமூக நிலை சார்ந்து மாறுபடுவதை இயக்குனர் சுட்டிக்காட்டியுள்ளார்.

உலகின் தலைசிறந்த திரைப்படங்கள் தயாரிக்கும் நாடுகளுள் கனடாவும் ஒன்று. ஹொலிவுட்டிற்கு அருகில் இருப்பதானால் அதன் நிழலுக்குள் கனடியத் திரைப்படவுலகம் மறைந்து விடுகின்றது. ரைட்டானிக் மற்றும் அவற்றார் திரைப்படங்களின் இயக்குனர் ஜேம்ஸ் கமரோனும் ஒரு கனடியர். இவரது படங்களும் ஹொலிவுட் பாதையில் பயணிப்பதனால் கனடிய திரைப்பட படைப்பாளிகளது பெயர்கள் நிழலிலேயே உள்ளன. சர்வதேச அரங்கில் தீபா மேத்தா போன்ற வர்த்தக இயக்குனர்களுக்கு இருக்கும் பிரபல்யம் விமர்சகரீதியாக வரவேற்பு பெற்ற படைப்பாளிகளுக்கு இருப்பதில்லை. அவ்வாறு விமர்சகரீதியாக பலத்த வரவேற்பைப் பெற்ற கனடியத் திரைப்படப் படைப்பாளிகளை அறிமுகப்படுத்த வேண்டிய தேவை ஒன்றுள்ளது.

இவரது முதலாவது படமான *Next of Kin* 1984இல் வெளிவந்தது. இப்படம் றொரண்ரோ சர்வதேச திரைப்படவிழாவில் திரையிடப்பட்டது. இவரது அடுத்த படமான *Family Viewing* என்ற படம் றொரன்ரோ சர்வதேசத் திரைப்பட விழாவில்

சிறந்த கனடியத் திரைப்படமாகத் தெரிவு செய்யப்பட்டது. இவரது மூன்றாவது படம் Speaking Parts Director's Fortnight என்ற பிரிவில கான்ஸ் திரைப்பட விழாவில் திரையிடப்பட்டது. இவரது மற்றொரு திரைப்படமான EXOTICA கான்ஸின் பிரதான போட்டியில் 1994இல் போட்டியிடத் தெரிவானது. பத்து வருடங்களின் பின்னர் ஒரு கனடியப் படம் இப்பிரிவில் தெரிவானது. இப்படம் கான்ஸின் சர்வதேச நடுவர்களின் விருதைப் பெற்றது. The Sweet Hereafter படம் ஒஸ்காரில் சிறந்த இயக்குனருக்கும் திரைக்கதைக்குமான இறுதிப் போட்டிக்குத் தெரிவானது. 1996இல் கான்ஸின் நடுவர் குழுவில் ஒருவராக அங்கம் வகித்தார். இவ் வருடம் (2010) கான்ஸின் குறும்படப் பிரிவின் தலைமை நடுவராகக் கடமையாற்றுகின்றார். இசைமீது அதிக நாட்டம் கொண்ட இவர் மூன்று ஒப்பிரா நிகழ்ச்சிகளையும் இயக்கியுள்ளார். பல குறும்படங்களையும் தொலைக்காட்சி நாடகங்களையும் இயக்கியுள்ளார். அத்துடன் ஆரம்பத்தில் நாடகங்களையும் மேடையேற்றியுள்ளார்.

இவரது படங்கள்

Calender

இவரது படங்களில் சிறந்த படம் இது எனலாம். மிகக் குறைந்த செலவில் எடுக்கப்பட்ட படம். ஆமேனியாவிற்குக் கணவனும் மனைவியும் தேவாலாயங்களைப் படம் எடுப்பதற்கும் ஆய்வு செய்வதற்கும் செல்கின்றனர். இவர்களுக்கு வழிகாட்டியுமாக ஒரு காரோட்டி. இறுதியில் காரோட்டியை மனைவி காதலித்து ஆமேனியாவில் தங்கிவிடுகின்றார்.

கனடா வரும் கணவன் ஒவ்வொரு நாளும் இரவு உணவுக்குப் பெண்களை அழைக்கின்றார். இவர்கள் சாப்பிடத் தொடங்க ஒரு தொலைபேசி எடுக்க வேண்டும் என இப் பெண்கள் போவார்கள். வேற்று மொழியில் பேசிக் கொண்டிருப்பார்கள். ஒவ்வொரு பெண்ணும் இதையே செய்வார்.

இப்படம் மூன்று பிரதான பாத்திரங்களைக் கொண்டுள்ளது. கணவன் இவர் ஆமேனிய அடியைக் கொண்டவர். மொழி பேசத் தெரியாது. இவரது மனைவிக்கு மொழி பேசத் தெரியும். இவர் கனடாவில் உள்ளார். காரோட்டி உள்ளூர் பிரஜை. இப்படத்தில் கணவன் மனைவியாக எகோயனும் அவரது மனைவியுமே நடித்திருப்பார்கள். இயக்குனர் இதில் வரும் கணவனை ஒத்தவர். அதே போன்று அவரது மனைவி படத்தில் வரும் மனைவியைப் போன்றவர். அதாவது அவருக்கு ஆமேனிய மொழி பேசத் தெரியும்.

ஆமேனியாவில் எடுக்கப்பட்ட பகுதிகள் ஒரே பகுதிகள் போன்றுதான் தோற்றமளிக்கும். தேவாலயங்கள், கோட்டை என்பனவே காட்டப்படும். ஆமேனியா மக்களைத் துருக்கியர் கொன்றொழித்தபோது ஓரளவிற்குத் தேவாலயங்களும் கோட்டையுமே காப்பாற்றியது. படத்தின் ஆரம்பத்தில் கணவனின் வீட்டில் ஒரு காலண்டர் தொங்கும். 12 மாதத் தாள்களிலும் தேவாலயப் படங்களே காணப்படும். இதைப் படம் பிடிக்கவே இவர்கள் ஆமேனியா சென்றார்கள்.

அற்றம் எகோயன் ஒரு சிறந்த கதை சொல்லி என்பதற்கு இப்படம் சிறந்த உதாரணம். மிகக் குறைந்த செலவில் சில இடங்களில் மீண்டும் மீண்டும் தோன்றும் ஒரே மாதிரியான படிமங்களில் இப்படத்தைப் படைத்துள்ளார். ஆமேனியாவில் எடுக்கப்பட்ட பெரும்பாலான காட்சிகளில் கணவனின் குரலையே கேட்கலாம். பல சமயங்களில் அதிகாரத் தன்மையுடன் வெளிப்படும். அதே கணவன் மனைவி பிரிந்த பின்னர் வீட்டுக்குப் பெண்களை அழைத்து தனது துயரங்களைப் பகிரும் பொழுது ஒவ்வொரு பெண்ணும் தொலைபேசி எடுக்க வேண்டும் என்று செல்வாள். இவரது படங்களின் தனித் தன்மையே சில படிமங்களை மீண்டும் மீண்டும் படமாக்கி பாத்திரங்களிடையே உள்ள இடைவெளியை உணரச் செய்தல். இங்கும் ஒவ்வொரு பாத்திரமும் தங்களது வித்தியாசமான உலகில் சஞ்சரிக்கின்றார்கள். இறுதியில் இயக்குனர் – கணவன் *"If you see her, say Hello"* என்பதுடன் முடிவடைகின்றது. மனைவியின் முடிவு ஏற்றுக் கொள்ளக்கூடியது, வரவேற்கத்தக்கது என்பதைத் துயரமாகவும் அழகாகவும் வெளிப்படுத்தியுள்ளார்.

இப் படம் உங்களை ஒரு வித்தியாசமான கலாபூர்வமான உலகிற்கு இட்டுச் செல்லும். ஒரு சிறந்த *abstract* படமிது.

Exotica

பிரான்ஸிஸ் கனடிய மத்திய அரசின் வருமான வரிக் கூட்டுத்தாபன பரிசோதகர். தனது மாலைப் பொழுதுகளை எக்ஸ்ஓரிக்கா கிளப்பில் கழிப்பதே இவரது பொழுது போக்கு. கிறிஸ்டீனா என்ற இளம் பெண்ணையே தனது மேசையில் நடனமாட இவர் அழைப்பார். கிரிஸ்டினாவின் முந்தைய காதலன் எரிக். இந்த கிளப்பின் நடனமாடும் பெண்களின் கட்டுப்பாட்டாளர். *(platter spinner)* இந்த கிளப்பின் முதலாளி சோயி என்ற பெண். சோயி ஒப்பந்த அடிப்படையில் தாயாகியுள்ளார். இவர் தனது தாய்மைக்காக எரிக்கை ஒப்பந்த அடிப்படையில் பயன்படுத்தியுள்ளார். கிரிஸ்டினா பாடசாலை உடுப்புடன் பிரான்ஸிஸ்ஸின் முன் நடனமாடுவார்.

இது எரிக்குக்குப் பொறாமையை ஏற்படுத்துகின்றது. எரிக் பிரான்சிசைத் தூண்டிவிடுகின்றார். இந்த கிளப்பில் பெண்களை வாடிக்கையாளர்கள் தொட முடியாது. எரிக் பிரான்ஸிஸ் மலசல கூடத்தினுள் அமர்ந்திருக்கும்பொழுது பிரான்ஸிசை கிரிஸ்டீனாவைத் தொடுமாறு தூண்டிவிடுகின்றான். சாதாரணமாக அங்கு வருபவன் போல் தனது குரலைக் காட்டிக் கொள்ளும் எரிக் உள்ளே இருக்கும் பிரான்ஸிசுக்குத் தனது முகத்தைத் தெரியப்படுத்தவில்லை.

எரிக் கூறியது போல் பிரான்ஸிஸ் கிரிஸ்டினாவைத் தொட, எரிக் பிரான்ஸிசைக் கழுத்தைப் பிடித்து வெளியே தள்ளுகின்றார். பிரான்ஸிஸின் வாழ்கை சற்று விசித்திரமானது. பிரான்ஸிஸின் நண்பனின் இளம் மகள் ஒவ்வொரு நாளும் பிரான்ஸிஸின் வீட்டிற்கு வந்து சில மணிநேரம் தங்குவாள். அப்பொழுது அங்கு பிரான்ஸிஸ் இருக்கமாட்டார். வீட்டில் எவரும் இருக்கமாட்டார்கள். குழந்தைகளைப் பார்ப்பதற்கு என ஒவ்வொரு நாளும் இப்பெண்ணிற்குக் காசு வழங்குவார். ஆனால் அங்கு குழந்தைகள் எதுவும் இல்லை.

தோமஸ் ஒரு பாலியலாளர். இவர் வீட்டு வளர்ப்புப் பிராணிகள் வளர்க்கும் கடை ஒன்றை நடத்தி வருகின்றார். இதனைப் பரிசோதனை செய்வதற்காகப் பிரான்ஸிஸ் வருகின்றார். முதல்நாள் தோமஸ்ஸின் கணக்கு வழக்குகளை ஆய்வு செய்யும் பிரான்ஸிஸ் தோமஸின் மேசையினுள் ஒரு துவக்கு இருப்பதைக் காண்கின்றார். அன்றைய நாள் முடிவில் சாதாரணமாக கூறுவது போல் இத்துவக்கைப் பற்றிக் கூறுகின்றார். தோமஸ் அது தனது தந்தையினது என்றும் பாதுகாப்பிற்காக வைத்திருக்கின்றார் எனவும் கூறுகின்றார்.

தோமஸின் கடையில் வருடந்தோறும் 200,000 டொலர்கள் மதிப்புள்ள கள்ளக் கடத்தல் பொருட்கள் பதுக்கப்படுகின்றன என்பதை உறுதி செய்யவே நான் இங்கு வந்துள்ளேன் என பிரான்ஸிஸ் கூறி நீ உதவி செய்தால் நான் உதவி செய்வேன் எனக் கூறுகின்றார். மறுநாள் தோமஸ் கிளப்பிற்குச் செல்கின்றான். கிரிஸ்டினாவுடன் கதைக்கின்றார். இவர்கள் கதைப்பதைப் பிரான்ஸிஸ் கேட்டுக் கொண்டிருக்கின்றார். எரிக் தோமசையும் கிறிஸ்டினாவைத் தொடுமாறு தூண்டுகின்றான். பிரான்ஸிஸ் சோயியிடம் தான் கிளப்பிற்குள் செல்ல அனுமதி கேட்கின்றார். சோயி மறுத்து விடுகின்றார். கிளப் சட்ட திட்டங்களின்படி எந்த ஒரு பெண்களையும் தொட அனுமதியில்லை எனவே அனுமதிக்க முடியாது எனக் கூறுகின்றார். கிரிஸ்டீனாவிற்கு எரிக் திட்டங்கள் தெரிய எரிக்கைத் திட்டுகின்றாள். இதனையறிந்த சோயி எரிக்கை வேலையை விட்டு நீக்குகின்றார்.

பிரான்ஸிஸ் தோமஸ் மூலம் எரிக்கைக் கொல்ல முயற்சிக் கின்றார். தோமஸ் கிரிஸ்டீனாவைத் தொட, தோமசை எரிக் வெளியே பிடித்துத் தள்ள எரிக்கைச் சுடுவதே பிரான்ஸின் திட்டம். தோமஸ் கிரிஸ்டீனாவைத் தொட, கிரிஸ்டீனா தோமஸின் கைகளைத் தள்ளிவிட்டுத் தொடர்ந்து நடனமாடுகின்றாள். வெளியே காத்து நிற்கும் பிரான்ஸிசை எரிக் சந்தித்து உனது மகளின் உடலை நாங்கள்தான் முதலில் கண்டோம் எனக் கூறுகின்றான். இருவரும் கை குலுக்குகின்றனர். திடீர் திருப்பம்.

பிரான்ஸிஸின் மகள் சில காலங்களின்முன் கொல்லப்படு கின்றார். போலிஸ் பிரான்ஸிசைக் கைது செய்கின்றது. போலிஸ் கூறும் காரணம் பிரான்ஸிஸின் தம்பிக்கும், பிரான்ஸிஸின் மனைவிக்கும் பல வருடங்கள் தொடர்பிருந்ததாகவும், பிரான்ஸிசுக்கு, தனது மகள் தன்னுடையது தானா என ஐயம் இருந்துள்ளது என்பதே. சில காலங்களின் பின்னர் கொலையாளியைக் கண்டு பிடித்தவுடன் பிரான்ஸிஸ் விடுதலை செய்யப்படுகின்றார். இதன் பின்னர் ஒரு கார் விபத்தில் பிரான்ஸிஸின் மனைவி இறந்து விடுகின்றார். காரினுள் இருந்த பிரான்ஸிஸின் சகோதரன் இப்பொழுதும் உயிருடன் உள்ளார். கிறிஸ்டினா பிரான்ஸின் மகளின் வகுப்புத் தோழி.

பிரான்ஸிஸ் யார்? தனது மகளின் நினைவுகளுடன் வாழும் ஒரு ஜடமா? ஒருவரும் அற்ற வீட்டில் ஒவ்வொரு நாளும் தனது மகளை ஒத்த வயதுடைய பெண் கழிப்பதற்குப் பணம் கொடுக்கின்றார். மகளின் வெற்றிடத்தை நிரப்பிடவா? மகளின் தோழி கிரிஸ்டீனாவுடன் ஒவ்வொரு மாலையையும் கழிக்கின்றார். இருவரும் கதைப்பதில்லை. பார்வைகளின் சந்திப்புடன் முடிந்துவிடும் அன்றைய மாலை. கிரிஸ்டினாவிற்குப் பாதுகாப்பளிக்கின்றரா? பிரான்ஸிஸ். தனது மகளின் நினைவு களை வேறு ஒரு பெண் மூலம் தேட முயற்சிக்கின்றாரா? சாமுவேல் பெக்கட்டின் *Krapp's Last Tape* போல் பிரான்ஸிஸ் காணப்படுகின்றார். பிரான்ஸிஸ் ஒவ்வொரு பெண்ணிடமும் பணம் கொடுப்பார். இறுதியில் தோமசுடன் வியாபாரமும் பேசுவார். பணமே பல விடயங்களைத் தீர்மானிக்கின்றது. ஒப்பந்த அடிப்படையில் பிள்ளை பெறுதல், தாயாக தந்தையாக இயங்குதல், விந்து முட்டை போன்றவற்றையும் இன்று பணத்தால் பெறலாம்.

(3) இந்த கிளப்பினுள் வருவோரும் வேலை செய்வோரும் ஏதோ ஒன்றை இழந்து ஒன்றைத் தேடிக் கொண்டிருக்கின்றார்கள். பார்வையாளர்களும்கூட இந்தத் தேடலுக்காகத் திரையரங்கிற்கு வருகின்றார்கள். இந்த அனுபவத்தை படத்தை பார்க்கும்

ஒவ்வொருவரும் உணரக்கூடியதாகவுள்ளது. மனித உள்ளத்தின் இழப்புக்களின் மீதான ஒரு வலியை உணரக்கூடியதாகவுள்ளது.

ARARAT

ஒட்டமன் 1299இல் இருந்து கார்த்திகை 1, 1922 வரை நீண்டிருந்த சாம்ராஜ்யம். இதனைத் துருக்கி சாம்ராஜ்யம் எனவும் அழைப்பார்கள். இந்த சாம்ராஜ்யத்தின் முக்கிய மதம் சுனிமுஸ்லீம். 1500களில் பாக்தாத், கெய்ரோ, ஜெருசலேம் வரை பரந்திருந்தது இந்த சாம்ராஜ்யம். இந்த சாம்ராஜ்யத்தில் பல்வேறு இனக் குழுக்களும் வாழ்ந்தனர். ஆர்மேனியர் இந்த இனக் குழுக்களுள் ஒரு குழு. ஒட்டமன் சாம்ராஜ்யத்தின் விரிவில் உள்ளடக்கப்பட்ட பல பிரதேசங்களுள் ஆமேனியாவும் ஒன்று. 15ஆம் நூற்றாண்டில் ஆமேனியா இந்த சாம்ராஜ்யத்தில் உள்ளடக்கப்பட்டது அல்லது ஆக்கிரமிக்கப்பட்டது எனலாம். ஆமேனியர் பெரும்பாலானோர் கிறிஸ்தவர்கள். இரண்டாந்தர பிரசைகளாக நடாத்தப்பட்டார்கள். 1894 – 1896க்குமிடைப்பட்ட பகுதியில் சுமார் மூன்று லட்சம் ஆமேனியர்கள் கொல்லப் பட்டனர். 1909இல் மீண்டும் சுமார் 15,000 பேர் கொல்லப்பட்டனர். *Young Turk Party* மத்திய குழுவால் 1916இல் திட்டமிடப்பட்டு ஆமேனியர் கொல்லப்பட்டனர். சித்திரை 24, 1916இல் ஆமேனிய புத்திஜீவிகள் சுத்திவளைக்கப்பட்டு கொல்லப்பட்டனர். மிகுதியாக இருந்த ஆமேனியர் வன்னியில் உள்ள முகாம்கள் போன்ற முகாம்களில் அடைக்கப்பட்டனர். அதைவிட சுமார் இரண்டு லட்சம் ஆமேனியர் சிரியாவிற்கும் கிறீஸ்க்கும் அனுப்பப்பட்டனர். இது நடைபெற்ற காலம் முதலாவது மகாயுத்தம் நடைபெற்ற காலமாகும். ஆயிரக் கணக்கானோர் வீதிகளில் வெட்டி எறியப்பட்டனர். பலர் பசியால் இறந்தனர். இந்தப் படுகொலைகள் 1923 வரை நீடித்தது. இந்தப் பகுதியில வேலை பார்த்த அமெரிக்க அதிகாரிகள் இந்தப் படுகொலைகளை வெளி உலகிற்கு உணர்த்தினர். ஆங்கில பத்திரிகைகள் முக்கிய செய்தியாக வெளியிட்டன. இந்தப் படுகொலைகளைக் கண்டித்த துருக்கியர் சிறையில் அடைக்கப்பட்டனர். இந்தப் படுகொலைகளின் பிரதானமான நகரமாக வான் என்ற நகரம் திகழ்ந்தது. அமெரிக்கத் தலைமை வைத்திய அதிகாரியாகக் கடமையாற்றிய *Dr. Clarence D. Ussher* தலைமை இராணுவ அதிகாரியுடன் தொடர்பு கொண்டு கட்டுப்பாட்டுக்குள் கொண்டுவர முயற்சித்தும் தோல்வியில் முடிவடைந்துவிட்டது.

இவர் பின்னால் தனது நூலான *An American Physician in Turkey* என்ற நூலில் இக்கொலைகள் பற்றி விரிவாக எழுதியுள்ளார்.

முதலாம் உலக யுத்தத்தின்போது ஒட்டமன் சாம்ராஜ்யத்தின் ஆமேனியா பகுதியை ருசியா கைப்பிடித்தது. இது சோவியத் யூனியனின் தொடர்ச்சி வரை நீடித்தது. இதன் பின்னர் சுதந்திர ஆமேனிய குடியரசு தோன்றியது.

மூன்றாவது சந்ததியைச் சேர்ந்த கனடிய இயக்குனரான அற்றம் எகோயன்; ஆமேனியர்கள் மீதான துருக்கியரின் இன அழிப்புப் படுகொலைகளைத் திரைப்படமாக்கியுள்ளார். *ARARAT* என்ற இப்படம் கான்ஸின் முக்கிய படங்களுள் ஒன்றாக 2002இல் திரையிடப்பட்டது. சர்வதேசரீதியாக பெரும் அதிர்வை இப் படம் ஏற்படுத்தியது. ஊடக வலிமைக்கு இப்படம் ஒரு சான்றாகும். இன்றுவரை துருக்கி இக்கொலைகளை மறுத்து வருகின்றது. இவ்வகையில் இப்படம் துருக்கி மீதான விமர்சனங்களை மீண்டும் சந்திக்குக் கொண்டுவந்தது.

இயக்குநர் இப்படத்தை எடுத்துள்ள விதம் முக்கியமானது. நேரடியாகப் படுகொலைகளை எடுக்காமல், படுகொலைகளைப் பற்றி எடுக்கும் படமொன்றுக்குள் ஓர் படமாகவே இப்படம் எடுக்கப்பட்டுள்ளது.

ARARAT இது ஒரு மலையின் பெயர். தெற்கு ஆமேனியாவில் அமைந்துள்ளது. இந்த மலை, ஆமேனியரின் சரித்திரம், பண்பாடு, அடையாளம், மதம் போன்றவை கி.மு. பிலிருந்தே இந்தப் பகுதிகளில் தோன்றிவிட்டன.

Filmmaker Edward Sorayan ஆமேனியா படுகொலைகளைப் பற்றிய படமொன்றை உண்மைச் சம்பவங்களை மையமாகக் கொண்டு தயாரிக்கின்றார். படுகொலைகள் நடைபெற்ற காலத்தில் வாழ்ந்த ஓவியர் *Arshile Gorky* என்ற ஓவியரைப் பற்றி ஆய்வு செய்ய ஒரு சரித்திர ஆய்வாளரை நியமிக்கின்றார். இவர் ரொரண்ரோவில் சரித்திர விரிவுரைகளை இந்த ஓவியர் பற்றி நிகழ்த்துகின்றார். இந்த ஓவியரின் "ஓவியரும் தாயும்" என்ற ஓவியம் பிரபல்யமானது. ஆமேனியா படுகொலைகளின் போது இறந்த தாயை நினைத்து ஓவியர் வரைந்தது. 1948இல் ஓவியர் தற்கொலை செய்கின்றார்.

இந்த ஓவியரின் முன்னால் மனைவி அனி ஒரு சரித்திர ஆய்வாளர். அனியின் குடும்பத்தில் பல குழப்பங்கள். அனியின் மகன் ரபி தனது அரைச் சகோதரி சிலியாவைக் காதலிக்கின்றார். அனியின் இரண்டாவது கணவனும் சிலியாவின் தந்தையும் இறந்தமைக்கு அனியே காரணம் என சிலியா குற்றஞ் சாட்டுகின்றாள். அனியின் முதல் கணவனும் (ரபியின் தந்தை) துருக்கிய சர்வதேச அதிகாரி ஒருவரைக் கொலை செய்ய முயற்சிக்கும்பொழுது இறந்துவிடுகின்றார்.

அனியின் மகன் ரபி படுகொலைகளைப் பற்றிய சில பதிவுகளை எடுப்பதற்குத் துருக்கி செல்கின்றார். இது *Sorayan* எடுக்கும் படத்திற்கு மேலும் உதவும் என நினைக்கின்றார். இவர் ரொரண்ரோ திரும்பும் வழியில் ரொரண்ரோ விமான நிலையத்தில் தடுத்து வைக்கப்படுகின்றார். சுங்க அதிகாரி கேள்விகளால் துளைத்தெடுக்கின்றார். வீடியோ பிரதிகளுக்குள் என்ன இருக்கின்றது என்பதை விமான நிலையத்திலேயே ரபியின் படம் பிடிக்கும் கருவியில் போட்டுப் பார்க்கின்றார். படுகொலைகள் திரையில் விரிகின்றன.

சுங்க அதிகாரியின் குடும்பத்தில் புதிய பிரச்சினைகள். அவரது மகன் ஒருபாலியலாளர். இதனை ஏற்றுகொள்ள முடியாதுள்ளார் இந்த அதிகாரி.

இத்திரைப்படம் கான்ஸ்ல் திரையிடும் முன்னரே துருக்கிய அரசு, இப்படத்திற்கு எதிராகப் பிரச்சாரங்களை முடுக்கிவிட்டது. இப்படத்தில் இயக்குனரால் முன்வைக்கப்படும் ஹிட்லரின் வசனம் இது *"Who remembers the extermination of the Armenians."* இயக்குனர் இப் படத்தை ஒரு புதிய தேடலுக்கான ஆரம்பமாகத்

தொடங்கியுள்ளார். சரித்திரங்கள் தொடர்ந்து கேள்விகளை எழுப்பிக்கொண்டே இருக்கும். இதனால்தானோ தெரியாது கான்ஸில் நடைபெற்ற பத்திரிகையாளர் சந்திப்பில் ஒரு துருக்கிய பத்திரிகையாளர் கூறிய கருத்து "இது இப்பொழுது இல்லாத துருக்கியர் செய்ததாகக் கூறும் பிரச்சாரம். உண்மை நிலை தெரிய எவரும் இல்லை".

படம் பல நிலைகளில் பதிவாகியுள்ளது. அனி தற்கொலை செய்து கொண்ட கவிஞரின் வாழ்க்கை வரலாற்றை எழுத முயற்சிக்கின்றார். சரோயன் படுகொலைகள் பற்றிய படமொன்றை எடுக்க முயற்சிக்கின்றார். ரபி உண்மை வரலாற்றைப் பதிவாக்க துருக்கி செல்கின்றார். சிலியா தனது தந்தையின் மரணத்தின் உண்மையைக் கண்டறிய முயற்சிக்கின்றார். சுங்க அதிகாரி மறந்த சரித்திரத்தின் தொடக்கமெதற்கு என ஆட்சேபிக்கின்றார். இவை அனைத்தும் ஒரு தளத்தை நோக்கி நகருகின்றன. ஆமேனிய படுகொலைகளை மீள மக்கள் முன் விசாரணைக்குட்படுத்தல், துருக்கிய அரசு மீதான விமர்சனங்களை மீள தொடங்கல் இவையே இயக்குனரின் நோக்கம்.

இயக்குனர் தனது நோக்கம் பற்றிப் பின்வருமாறு கூறுகின்றார்

"Did the Turks say sorry?"

Since the Turks have never admitted that the massacres and forced deportations amounted to genocide - they acknowledge ony that many died on each side in World War I - Egoyan didn't know what to say. "I realized that by telling him the answer, the trauma of denial that I had been raised with would be transferred to him", says Egoyan. "I understood that I wanted to talk about how this trauma lives on today."

<http://www.time.com/time/magazine/article/0,9171,901030428-444961,00.html>

"That is the determining issue of why I made the film. It wasn't to ascertain the fact of the genocide . . . I think that we have to able to find a way to stop talking about this as a film of the American genocide. It is a film about living with the offers of the denial of that event into the present"

இப்படம் இவரது வேதனையைப் பூர்த்தி செய்துள்ளது. நேற்று இன்று நாளை என வெவ்வேறு காலப் பகுதியில் ஏற்பட்ட மாற்றங்களையும் இப்படம் பதிவு செய்துள்ளளது. ஆர்மேனிய படுகொலைகள் எடுக்கப்பட்ட விதம் கண்கலங்க வைக்கின்றது. வண்டிலின் மேற்பகுதியில் ஒரு பெண்ணைத்

துருக்கிய இராணுவம் பாலியல் வல்லுறவுக்குட்படுத்துகின்றது. வண்டியின் கீழ்ப் பகுதியில் தொங்கும் தாயின் கைகளை பிடித்த வண்ணம் ஒரு சிறுமி. ஒரு மாதுளம் பழத்தை உடைத்து ஒவ்வொரு முத்தை ஒவ்வொரு நாளும் உண்டு பசியாறும் தாய் எனப் படம் திட்டமிட்ட படுகொலைகளையும் துயரங்களையும் அப்பட்டமாகப் பதிவு செய்துள்ளது.

Adoration

சபின் என்ற பிரெஞ்ச் மொழி ஆசிரியை பிரெஞ்ச் பத்திரிகையில் இருந்து ஒரு செய்தித் துண்டைத் தனது வகுப்பில் வாசிக்கின்றார். ஒரு பயங்கரவாதி தனது காதலியின் பயணப்பையில் குண்டு ஒன்றை வைக்கின்றான். காதலியின் வயிற்றில் கரு வளர்கின்றது. இக்குண்டை ஒரு இஸ்ரேலிய அதிகாரி கண்டுபிடித்து விடுகின்றார். இதனை ஒரு கதையாக மாற்ற வேண்டும். இதுவே மாணவர்களுக்கு வழங்கப்பட்ட பயிற்சி.

சிமன் தனது மாமாவுடன் வாழ்ந்து வருகின்றான். அவனது கற்பனை வித்தியாசமானது. இவனது தாயும் தந்தையும் ஒரு கார் விபத்தில் இறந்து விடுகின்றனர். தந்தையே இந்த விபத்திற்குக் காரணம் என சிமனின் பாட்டனார் கூறுகின்றார். செய்தியில் பயங்கரவாதியாகத் தனது தந்தையையும், காதலியாக தனது தாயையும் வயிற்றில் வளரும் கருவாகத் தன்னையும் கற்பனை செய்து கொள்கின்றான். இறுதியில் பயங்கரவாதி வெற்றி பெறுவதாகவும் தானும் தாயும் இறப்பதாக முடிக்கின்றான். வகுப்பறையில் சிமன் இதனை வாசிக்கின்றான். மாணவர்கள் கலந்துரையாடுகின்றார்கள். இதனை வகுப்பறையில் தனது வாழ்க்கையில் நடைபெற்ற உண்மைச் சம்பவம் என விபரிக்கின்றான். அதற்கு சாட்சியாக சிமனின் பாட்டனார் “உனது தந்தை ஒரு கொலையாளி” என்று சொன்னதை ஒரு வீடியோ கமாராவில் படமெடுத்து வகுப்பறையில் காட்டுகின்றான். இச்சம்பவம் மாணவர்களால் இணையத்தளங்களுக்கு சென்று விடுகின்றது. இணையத் தளங்களில் சுடச்சுட பிந்திய செய்தியாகப் பரவலடைகின்றது. பத்திரிகைச் செய்தியில் உள்ள உண்மைச் சம்பவத்தில் குறிப்பிட்ட விமானத்தில் பறந்த பலர் இணையத்தளத்தில் வந்து பயங்கரவாதத்துக்கு எதிராகக் கதைக்கின்றனர். இச்சம்பவம் நடைபெற்றிருப்பின் சுமார் 300 பேர் கொல்லப்பட்டிருப்பார்கள். சிமனின் தாய் ரிச்சல். தந்தை சாமி.

இக்கதை இணையத்தளங்கள் மூலம் பிரபலயமடைய சபின் வேலையில் இருந்து நீக்கப்படுகின்றார். சபின் வழக்கறிஞரை

நாடுகின்றாள். வழக்கறிஞர்கள் கைவிரித்துவிட வெளியில் வரும் இவளுக்கு மற்றொரு அதிர்ச்சி. இவளது காரை வெளியேற்ற முயற்சிக்கின்றனர். அதனைக் கண்ட சபின் அதிர்ச்சியடைந்தாலும் தடைசெய்யாமல் விட்டுவிடுகின்றாள். காரை வெளியேற்றுபவர் சிமனின் மாமனார். இருவரும் உரையாடும்பொழுது பல விடயங்கள் வெளிப்படுகின்றன. சபினின் முன்னால் கணவனின் மகனே சிமன். குடும்பப் பெயரை வைத்து இதனைக் கண்டுபிடித்த சபின் திட்டமிட்டே சிமனை இவ்வாறான கட்டுரையை எழுதச் செய்கின்றார். ஏன்?

இப்படத்தில் வரும் ஒரு முக்கிய பாத்திரம் இணையத்தளங்கள். இவரது படங்கள் அனைத்திலும் நவீனத் தொழில்நுட்பம் ஒரு பாத்திரமாக மிளிரும். இப்படத்திலும் அது வெளிப்படுகின்றது. மற்றொரு முக்கிய பாத்திரமான சபின் பாத்திரத்தில் இவரது மனைவி நடித்துள்ளார்.

இயக்குனர் ஒரு வகுப்பறைக்குச் சென்று இவ்வாறு நடைபெற்றிருப்பின் உங்களது கருத்துக்கள் எவ்வாறு இருக்கும் எனக் கேட்டு சேகரித்த தகவல்களை மையமாகக்கொண்டே திரைக்கதை அமைக்கப்பட்டுள்ளது. இப்படத்தில் வரும் சிமனின் பாத்திரத்தை இயக்குனர் சரியானது என வாதிடுகின்றார். இளம் மாணவர்கள் சரித்திர சம்பவங்களில் தங்களது விம்பத்தைத் தேடுகின்றார்கள். அதன் வெளிப்பாடே சிமன் என்ற பாத்திரம்.

இப்படத்தில் வரும் பாத்திரங்கள் ஒவ்வொன்றும் தனித்தன்மை கொண்டுள்ளன. மாமா ரொம் யதார்த்த உலகில் வலம் வரும் ஒரு ரோ ரக் ஓட்டி. இவருக்குப் பணம் முக்கியம். அநாதரவாக இருக்கும் சிமனை வளர்க்க வேண்டும். வீட்டுக் கடன் மாதா மாதம் கட்ட வேண்டும். சிமன் தனது தாயின் நினைவாக வைத்திருக்கும் வயலினையே விற்கக் கேட்குமளவிற்கு பணம்தான் ரொம்மின் தேவை.

சபின், இவருக்கு ஒரு உள்நோக்கம் உள்ளது. முதலாவது தனது முன்னால் கணவனின் மகன் எனத் தெரிந்திருந்தும் சிமனை பொய்யாகக் கதை எழுதத் தூண்டுகின்றார். இரண்டாவதாக அந்தக் குறிப்பிட்ட செய்தித்துண்டைத் தேர்வு செய்வதன் காரணம். இதனைப் படம் நேரடியாகக் கூறவில்லையாயினும் இவர் பாலஸ்தீனத்தை ஆதரிக்கின்றார் என்பது வெளிப்படை. இவர் ஒரு முஸ்லீம் – பிரென்ச் ஆசிரியை. சிமனின் தாத்தா நேரடியான சாட்சிகளும் உணமையும் தெரியாமலே சிமனின் தந்தையைக் கொலைகாரன் எனக் கூறுகின்றார்.

இப்பாத்திரங்கள் அனைத்தும் தங்களது மனதில் உள்ள ஒன்றை வெளிப்படையாகக் கூறாமல் இயங்கிக்

கொண்டிருக்கின்றார்கள். இயக்குனரும் மதம் பற்றியும், பயங்கரவாதம் பற்றியும் தனது பாத்திரங்களுக்கூடாக வெளிப்படுத்துகின்றார். பயங்கரவாதிகள் மனிதத்தை ஏற்றுக் கொள்ளாதவர்கள் என்பது இயக்குனரின் குற்றச்சாட்டு. இரண்டாவதாக மதம். இப்படத்தில் சபின் சிமனின் வீட்டில் உள்ள கிறிஸ்மஸ் அலங்காரத்தை பார்த்து *"Jews killed Christ"* கேட்கும் கேள்வி சபினின் குற்றச்சாட்டாகத் தொனிக்கின்றது.

(4) அரசியல் படங்கள் இன்று மனிதத்தின் பெயரால் ஒடுக்கப்படுபவர்களின் குரல்களை ஒடுக்கச் செய்கின்றன. இளம் சிறார்கள் மத்தியில் இது இன்று பிரபலமடைகின்றது. ஒரு புறத்தில் தங்களது உரிமைகள், உடமைகள், உயிரிழப்புக்கள் போன்றவற்றிக்காகப் போராடும் மக்கள். மறுபுறத்தில் இவர்களது போராட்ட வடிவங்கள் விமர்சிக்கப்படுகின்றன. இப்படமும் பாலஸ்தீனத்துக்கு எதிரான குரலாகவே வெளிப்படுகின்றது. முஸ்லீம் ஆசிரியையே பயங்கரவாதத்துக்கு எதிராகக் கருத்துத் தெரிவிக்கின்றார். மறுபுறம் யேசுவைக் கொன்றது யூதர் என்ற விமர்சனமும் வெளிப்படுகின்றது. இவை இரண்டும் முஸ்லீம் பாத்திரத்தினூடாகவே வெளிப்படுகின்றன. இயக்குனர் ஒரு ஆமேனியர். தனது அடையாளத்தை ஒவ்வொரு படத்திலும் வெளிப்படுத்தியுள்ளார். இப்படத்தில் தனது மதத்தின் அடையாளத்தை வெளிப்படுத்தியுள்ளார்.

Speaking Parts

இயக்குனரின் கலைத்தன்மை வெளிப்பாட்டிற்கு இப்படம் ஒரு சிறந்த உதாரணம். இப்படம் உடலுறவு, மரணம், நவீனத் தொழில்நுட்பம் போன்ற விடயங்களை மீள பார்வைக்குட்படுத்துகின்றது. ஊடகங்கள் குறிப்பாக வீடியோ, தொலைக்காட்சி போன்றவற்றின் நம்பகத்தன்மையையும் அவை மனித வாழ்வில் ஏற்படுத்தியுள்ள முக்கிய இடத்தையும் கேள்வி கேட்கின்றது. (தொலைக்காட்சித் தொடர்கள் பலரது வாழ்வில் ஒரு அன்றாட செயல்பாட்டாக மாறிவிட்டது) பார்வையாளர்களுக்குச் செய்தித் திரிபுகளையும் கவர்ச்சியையும் இவ் ஊடகங்கள் வழங்குகின்றன. பார்வையாளர்கள் இவற்றை முழுமையாக நம்புகின்றார்கள் என்பது இயக்குனரின் குற்றச்சாட்டு.

ஹோட்டல் ஒன்றில் வேலை பார்க்கும் லான்ஸ் இரு பெண்கள் மத்தியில் அகப்பட்டு விடுகின்றார். லான்ஸ் ஒரு துணை நடிகராகப் பகுதி நேரங்களில் செயற்படுகின்றார். இவருடன் ஹோட்டலில் வேலை பார்க்கும் லிசிக்கு லான்ஸ்மீது ஓர் கண். இவர் அருகில் உள்ள வீடியோக் கடைக்குச் சென்று

லான்ஸ் நடித்த படங்களை வாடகைக்கு எடுத்துப் பார்ப்பது வழமை. வீடியோ கடைக்காரர்கூட இவரை ஒரு வினோதமாகவே பார்ப்பார். ஒருசில காட்சிகளில் வரும் லான்சுக்காக லிசி உருகுவது கடைக்காரருக்கு வினோதமாகவே படுகின்றது. கடைக்காரர் பகுதிநேரமாகக் கலியாண வீடுகள், விருந்துகள் போன்றவற்றை வீடியோ படம் பிடிப்பவர். சில திரைப்பட முயற்சிகளிலும் ஈடுபட்டுள்ளார். லிசி இவரிடம் வீடியோ கற்று ஒரு கலியாண வீட்டிற்குக் கடைக்காரரின் உதவியாளராகச் செல்கின்றார். லிசியால் அக்கலியாணம் குழப்பத்தில் முடிகின்றது. இச்சம்பவம் லிசிக்கும் கடைக்காரருக்குமான உறவை வலுப்படுத்துகின்றது.

லான்ஸ் அதே ஹோட்டலில் அங்கு தங்கும் பெண்களுக்கு ஒரு பாலியல் தொழிலாளியாகவும் செயல்படுகின்றார். இதற்கு இவரது முகாமையாளரும் ஒத்துழைக்கின்றார். ஹோட்டலில் தங்கும் கிளரா ஒரு தொலைக்காட்சிப் படத்திற்கு திரைக்கதை ஆசிரியர். லான்ஸ் இவர் மூலம் அப்படத்தில் பிரதான பாத்திரத்தில் நடிப்பதற்கு முயற்சிக்கின்றார். அதற்கேற்ப திரைக் கதையையும் மாற்றுகின்றார். லான்சுக்கும் கிளராவிற்குமான உறவு வீடியோ கான்பிரன்சிங் ஊடாகத் தொடர்கின்றது. இக்கதையில் கிளாரா, தனது சகோதரனுக்கு உடலுறுப்பைத் தானம் செய்கின்றார். அப்படியிருந்தும் சகோதரன் இறந்து விடுகின்றான். இது உண்மைச் சம்பவங்களைக் கொண்டது. லானஸ் இதில் கிளாராவின் சகோதரனாகவே நடிக்க விரும்புகின்றார்.

தயாரிப்பாளர் டேவிட் இக்கதை மாற்றத்தை நிராகரிக்கின்றார். தொலைக்காட்சிக் கூட்டமொன்றில் வீடியோ கான்பிரன்சிங்கில் இவர் கிளாராவைத் திட்டுகின்றார். “எனக்கு மக்களுக்கு என்ன விருப்பம் என்பது தெரியும். அதனால்தான் நான் இந்த நிலையை அடைந்துள்ளேன்” என இறுமாப்புடன் கூறுகின்றார்.

“ஊடகங்கள் யாரின் கையில் உள்ளன? உறவுகளுக்கிடையில் உள்ள இடைவெளியையும் (மனோரீதியாகவும் இயல்பாகவும்) சிக்கலையும் இப்படம் பதிவு செய்துள்ளது. லிசி லான்சை விரும்புகின்றாள். லான்ஸ் இதனை நிராகரிப்பதுடன் அவளை ஒதுக்குகின்றான். லிசி லான்சின் புகைப்படங்களைக்கூட தன்னுடன் வைத்துள்ளாள். லிசி லான்சிடம் *Let me love you* என சில தடவைகள் கூறியும் உள்ளாள். வீடியோவில் லான்ஸ் நடித்த படக்காட்சிகளைப் பார்ப்பதன் மூலம் தனது உறவை வளர்த்துக் கொள்கின்றாள். கிளாராவிற்கும் லான்சுக்குமான உறவு சமூக எல்லைகளைத் தாண்டி பின்னர் வீடியோ கான்பிரன்சின்

மூலமும் தொடர்கின்றது. தயாரிப்பாளர் தொலைவில் இருந்து கொண்டு இவ்உறவுகளின்மீதான தனது ஆதிக்கத்தை வீடியோ கான்பிரன்சிங் ஊடாகச் செயல்படுத்துக்கின்றார்.

The Adjuster

இப்படம் காப்புறுதி மதிப்பீடு செய்யும் ஒருவரைப் பற்றியது. இயக்குனரின் படங்கள் பொதுவாகவே மனித வாழ்வியல் சிக்கல்களை வெளிப்படுத்துகின்றன. அவ்வகையில் இப்படம் காப்புறுதி முகவரின் முகவரியை வெளிப்படுத்துகின்றது. இவரைப் போன்ற முகவர்களை இயல்பாக பார்க்க முடியாது. இவரை முகவர் எனக் குறிப்பிடுவதைவிட "இழப்புக்களை மதிப்பீடு" செய்பவர் எனக் கூறுவதே சரியாக இருக்கும். எமது வாழ்வில் சில தடவைகளாவது இவர்களைச் சந்திப்பது தவிர்க்க முடியாது. வாகன விபத்து; இதற்குச் சிறந்த உதாரணம்.

பண்பாட்டுக் கலாச்சார விழுமியங்களை மீறிக் கனடாவின் சட்டங்கள் இறுக்கமாகவே இவற்றைக் கட்டுப்படுத்துகின்றன. ஆனால் இது ஒரு "இழப்புக்களை மதிப்பீடு செய்பவரின் குறுக்கு வெட்டு. நோவா ரென்டர் ஒரு காப்புறுதி முகவர். இவர் தனது வாடிக்கையாளர்களுக்குப் பல வழிகளிலும் உதவி புரிகின்றார். அவர்களுக்கு இழப்பு ஏற்படும்பொழுது மனோநிலைரீதியாகவும் பொருளியல்ரீதியாகவும் அவர்களை இழப்பிலிருந்து வழமைக்குக் கொண்டு வருவது முக்கியம் எனக் கருதுகின்றார். "உங்களுக்கு ஒரு வேளை இது தெரியாமலிருக்கலாம். ஆனால் நீங்கள் அதிர்ச்சியில் இருக்கின்றீர்கள்" நோ தனது வாடிக்கையாளர்களிடம் இவ்வாறு கூறுவது வழமை. நோ ஒரு workaholic அதாவது எந்த நேரமும் வேலை செய்பவர். மழையோ வெய்யிலோ புயலோ கடும் பனி மழையோ இவரை வேலையில் இருந்து அந்நியப்படுத்தமுடியாது. இவரது வாடிக்கையாளர்களை இவர் மோட்டல் ஒன்றில் தங்கவைப்பது வழமை. உண்மையில் ஒரு பாரிய இழப்பின் பின்னர் அவர்களுக்குள்ள துயரம் வார்த்தைகளால் சொல்ல முடியாது. நோவின் பெரும்பாலான வாடிக்கையாளர்களின் வீட்டை நெருப்பு இரையாக்கிக் கொண்டது. அவர்களது வீடு மாத்திரமல்ல, ஆசையாய் வாங்கிய பொருட்கள், விலை மதிப்பற்ற உணர்வுபூர்வமான பல பொருட்கள், நினைவுகள் இவையாவும் ஒரு சில மணி நேரத்தில் சாம்பலாகி விடுகின்றன. இந்த இழப்பைப் பணரீதியாக ஈடு செய்யலாம். ஆனால் உணர்வுபூர்வமான பல விடயங்களை ஈடு செய்ய முடியாது. வழமையான மதிப்பீடு செய்பவர்கள் நட்டத்தை மதிப்பீடு செய்வதுடன், தற்காலிக இருப்பிடம் போன்ற விடயங்கள்

ஏற்பாடு செய்து கொடுத்துவிட்டுச் சென்று விடுவார்கள். நோ வித்தியாசமானவர். ஒவ்வொரு இழப்பின்பின் உள்ள உளவியல் தாக்கங்களை நன்கறிந்தவர். அவர்களை உணர்வுபூர்வமாக வழமைக்குக் கொண்டுவர தன்னாலானவற்றைச் செய்கின்றார். அவ்வாறான சமயங்களில் பெண் வாடிக்கையாளர்களுடன் உடலுறவு கொள்வதுமுண்டு.

இவர் வாழும் வீடு ஒரு சிறு பிரதேசத்தில் தனித்துள்ளது. இப்பிரதேசத்தில் வீடு கட்டுவதெற்கென அறிவித்த நிறுவனம் நோவின் வீடு மட்டும் கட்டிய நிலையில் வங்குரோத்து நிலையை அடைந்துவிட்டது. இவரது வீடு ஒரு “மாதிரி வீடு”. இப்பொழுதும் வீடு கட்டுவதற்கான விளம்பரங்களைக் காணலாம். இவருடன் இவரது மனைவி மகன் மனைவியின் சகோதரி இவ்வீட்டில் வாழ்கின்றனர். இவரது மனைவி ஹேரா திரைப்படத் தணிக்கையாளர். தணிக்கை செயற்படாத படங்களைத் தனது வீடியோ கமாராவில் பதிவு செய்து வீட்டிற்குக் கொண்டு வருவார். இதனை ஹேராவின் சகோதரியும் பார்ப்பதுண்டு.

இவரது வீட்டை ஒரு தயாரிப்பாளர் படம் எடுப்பதற்காகக் கேட்கின்றார். வீட்டைப் படமாக்குவதற்குக் கொடுத்துவிட்டு நோ வின் குடும்பம் மோட்டலில் தங்குகின்றது. தயாரிப்பாளரின் நோக்கம் வேறு. இறுதியில் தயாரிப்பாளர் நோவின் வீட்டை எரித்து விடுகின்றார். இப்பொழுது நோ பாதிக்கப்பட்டவர்.

இயக்குனரின் குடும்பம் பிரிட்டிஸ் கொலம்பியாவில் தங்கியிருந்த பொழுது இவர்களுக்குச் சொந்தமான தளபாடக் கடை நெருப்பிற்குப் பலியானது. இவர்கள் ஒரு ஹொட்டலில் தங்க வேண்டி வந்தது. அப்படித் தங்கியிருந்த பொழுது அங்கு அடிக்கடி “இழப்புக்களை மதிப்பீடு செய்யும் காப்புறுதி முகவர்” வருவது வழமை. அவருடனான அனுபவத்திலேயே இப்படத்தின் கரு தோன்றியது.

ஒரு இழப்பின் வியாபார நட்டஈட்டுக்கும் அதன்பின் உள்ள உளப்பூர்வமான இழப்புக்களுக்கான நட்டஈடின்மைக்கும் உள்ள வேறுபாட்டைச் சிறப்பாக வெளிப்படுத்தியுள்ளது இப்படம். இவ்வாறான சமயங்களில் காப்புறுதி நிறுவனங்களின் அசட்டையீனத்தையும் பதிவுசெய்துள்ளது.

The Sweet Hereafter

துருக்கியர் ஆமேனியருக்கு எதிராக நடத்திய படுகொலைகளின் நினைவுகள் இப்படத்தைப் பார்க்கும் பொழுது வருவது தவிர்க்க முடியாது.

அமெரிக்க நாவலாசிரியர் Russell Banksஇன் நாவலை மையமாகக் கொண்டது. நாவலின் பெயரே படத்தின் பெயருமாகும். சாம் டென்ற் அமெரிக்காவின் நியு இங்கிலாந்து மாநிலத்தில் உள்ள ஒரு நகரம். இங்குதான் நாவலின் தளமாகும். இதனை இயக்குனர் பிரிட்டிஷ் கொலம்பியாவிற்கு மாற்றிவிடுகின்றார். அங்கு ஒரு பள்ளிச் சிறுவர்களை ஏற்றிச் செல்லும் பேருந்து விபத்துக்குள்ளாகின்றது. பன்னிரண்டுக்கு மேற்பட்ட பாடசாலைச் சிறார்கள் இறந்துவிடுகின்றார்கள். விபத்துக்குள்ளான சிறார்களின் பெற்றோர்கள் இயன் ஹோமை வழக்கறிஞராக நியமிக்கின்றார்கள். இவரின் மகள் ஒரு போதை மருந்து அடிமை. தற்சமயம் இவருக்கு எயிட்ஸ் இருப்பதும் தெரியவருகின்றது. விபத்து நடைபெற்ற நகருக்கு வந்து பலரைச் சந்திக்கின்றார். பலர் இவருக்குச் சார்பான தகவல்களைக் கூறுகின்றனர். விபத்து நடந்ததை நேரில் பார்த்த ஒருவர் இவருக்கு எதிராகச் செயல்படுகின்றார். இவரது இரு பிள்ளைகளும் இவ்விபத்தில் இறந்துள்ளார்கள். பேருந்தை ஓட்டியவரின் கணவன் ஒரு சிறப்பு பிரசை. இவரால் தனித்து எதுவும் செய்ய முடியாது. நிக்கோல் ஒரு இளம் யுவதி. இவர் விபத்தை நேரில் பார்த்தவரின் இரு பிள்ளைகளையும் பராமரிப்பவர். இந்த விபத்தில் இவர் கால்களை இழக்கின்றார். இவரை சாட்சிக் கூண்டுக்கு அழைக்க வழக்கறிஞர் விரும்புகின்றார். விசாரணையின்போது நிக்கோல், பேருந்து ஓட்டி வேகமாக ஓட்டியமையே விபத்துக்கு காரணம் எனப் பொய்யாகக் கூறுகின்றார். வழக்கு தோல்வியில் முடிகின்றது.

இப்படம் ஒஸ்காரில் சிறந்த இயக்குநருக்கும், திரைக்கதைக்கும் பரிந்துரைக்கப்பட்டு இறுதிச் சுற்றுக்குத் தேர்வானது. கான்ஸில் விமர்சகர்கள் விருதைப் பெற்றது. மூல நாவல் ஒரு குழப்பமற்ற பாத்திரங்களைக் கொண்ட நாவலாகவே இருந்தது. அற்றம் எகோயன் அமைத்த திரைக்கதை சிக்கலான பாத்திரங்களைக் கொண்டதாக அமைக்கப்பட்டது. நாவலைவிட மிகச் சிறப்பாகத் திரைப்படம் வெளிவந்துள்ளது என்பது பல விமர்சகர்களின் கருத்து. இவர் பொதுவாகவே மையநிலையில் இருந்து மாறுபட்ட பாங்காகச் சிந்திப்பவர். பாத்திரங்களின் செயல்பாட்டிற்கான காரணங்களை அவர்களின் அகத்தால் மாத்திரம் அறியக் கூடிய தாக இருக்கும் எனக் கருதுபவர். மூல நாவலாசிரியருடன் இயக்குனர் தொடர்ச்சியாகத் தொடர்பு வைத்திருந்தார். அவரது ஆலோசனைகளை அடிக்கடி கேட்டார். படப்பிடிப்புத் தளத்திற்கு நாவலாசிரியர் பல தடவைகள் சென்றிருந்தார். நாவலாசிரியரின் மகளே (Caerthan Banks) இப்படத்தில் வழக்கறிஞரின் மகளாக நடித்தவர்.

விபத்துக்கு முன்னர், விபத்து நடைபெற்ற நாளின் காலை நேரம், இரண்டு வருடங்களின் பின்னர் வழக்கறிஞரின் விமானப் பயணம். என படம் மூன்று தளங்களில் பயணிக்கின்றது.

Felicia's Journey

இங்கிலாந்தைச் சேர்ந்த நாவலாசிரியர் William Trevorஇன் நாவலை மையமாகக் கொண்டது.

ஐரிஸ் இளம் பெண் பெலிசியாவின் காதலன், பெலிசியாவிற்கு பிள்ளையைக் கொடுத்துவிட்டு காணாமல் போய்விடுகின்றான். அவனைத் தேடி இங்கிலாந்து பெக்கிங்காமிற்கு பெலிசியா வருகின்றாள். அங்கு நடுத்தர வயதினன் ஜோசப் உதவி புரிகின்றான். பெக்கிங்காமில் உள்ள ஒரு சிறு விடுதியில் தங்குகின்றாள். ஒரு தோல் தொழிற்சாலையில்தான் காதலன் வேலை செய்கின்றான் என நினைத்து ஜோசப்புடன் அத் தொழிற்சாலைக்குச் செல்கின்றாள். பெலிசியா உள்ளே சென்றபோது ஜோசப் அவளின் பணத்தை அபகரித்து விடுகின்றான். அன்றிரவு அங்குள்ள ஒரு ஐமெய்க்கன் பாதிரியாரால் நடத்தப்படும் விடுதியில் தங்குகின்றாள். அங்கும் அவள் பிரச்சினைகளைச் சந்திக்க மீண்டும் ஜோசப்பின் வீட்டை அடைகின்றாள். இப்பொழுது ஜோசப்பிற்கு பெலிசியாவின் காதலன் எங்குள்ளான் என்பது தெரிந்துவிட்டது. பிரித்தானிய இராணுவத்தில் உள்ளான். அதனை வெளிக்காட்டாமல் பெலிசியாவின் கருவைக் கலைக்க வற்புறுத்துகின்றான். பெலிசியாவின் கருக்கலைத்த பின்னர் ஒருநாள் ஐமெய்க்கன் பாதிரியார் இவர்களது வீட்டிற்கு வருகின்றார். பெலிசியாவிற்குத் தூக்க மாத்திரைகள் கொடுத்து ஜோசப் தூங்கச் செய்கின்றான். பாதிரியாரின் போதனைகளின் பின் ஜோசப் மனம் மாறுகின்றான். தூக்கம் கலைந்து வீட்டில் இருந்து தப்பி ஓட முயற்சிக்கும் பெலிசியாவை ஜோசப் தடுக்கவில்லை. அவள் சென்ற பின்னர் சமையலறைக்குள் சென்று தற்கொலை செய்து கொள்கின்றான்.

பெலிசியாவின் தந்தை பெலிசியாவின் காதலன் பிரிட்டிஷ் இராணுவத்தில் இருப்பதை அறிந்து திருமணத்திற்கு எதிர்ப்பு தெரிவிக்கின்றார். இரு வேறு இனங்களுக்கான பிரச்சினையாகவே பெலிசியாவையும் ஜோசப்பையும் இயக்குநர் காட்டுகின்றார். இதன் விமர்சனமாகவே திரைப்படம் அமைந்துள்ளது.

Where the Truth Lies

போலியோ பற்றிய விழிப்புணர்ச்சி நிகழ்ச்சியை நடாத்திய பிரபல நகைச்சுவையாளர்கள் ஜோடி (வின்ஸ் – லனி)

பின்னர் பிரிந்து விடுகின்றது. இவர்களுக்குச் சொந்தமான ஹோட்டலில் மர்மான முறையில் ஒரு இளம்பெண் கொலை செய்யப்பட்டுள்ளாள். இது நடந்து பல வருடங்களின் பின்னர் கரன் என்ற இளம்பெண் இங்கு வருகின்றாள். பிரிந்த ஜோடியின் ஒருவரைப் (லனி) பற்றிய சுயசரிதையை எழுதும் வேலை கரனுடையது. தற்செயலாகக் கரனுக்கு மற்றவருடன் (வின்ஸ்) உறவு ஏற்படுகின்றது. வின்சுக்கு இது தெரியும். வின்ஸ் கரனுடன் வன்புணர்வு ஏற்படுத்தியபோது எடுத்த படங்களை வைத்துக் கரனை மிரட்டுகின்றாள். லனிதான் அந்தக் கொலை செய்தது என்பது கரனுக்கு தெரியவருகின்றது. லனியும் – வின்சும் ஒரு பாலியர்கள். அதே சமயம் பெண்களுடனும் உறவு கொள்பவர்கள். பின்னர் வின்ஸ் தற்கொலை செய்து கொள்கின்றான். தெரிந்த உண்மைகளைக் கரன் வெளியிடவில்லை.

இப்படமும் கான்ஸின் பிரதான போட்டிக்குத் தேர்வானது.

Chloe

ஒரு வைத்தியர் தனது கணவனை மகிழ்ச்சியில் ஆழ்த்த ஒரு பாலியல் தொழிலாளியை ஏற்பாடு செய்கின்றாள். காரணம் கணவன் தன்னை ஏமாற்றுகின்றான் என்பதே. முடிவு குடும்பத்தில் பல சிக்கல்களை ஏற்படுத்துகின்றது. வைத்தியருக்குக் கணவன்மீது அளவு கடந்த காதல். கல்லூரிப் பேராசிரியரான கணவனுக்கும் சில மாணவர்களுக்குமிடையில் உறவு இருப்பதாக நினைத்தே இந்த ஏற்பாடு.

Next of Kin

இது இவரது முதலாவது படம். பீற்றர் வீட்டில் வேலை எதுவுமற்று உள்ளார். இவர் பெற்றோருக்கு ஒரே பிள்ளை. இவரது வீட்டில் ஒரே சத்தம். பெற்றோர் ஒரு உளவியல் ஆலோசகரை நாடுகின்றனர். உளவியல் ஆலோசகர் இவர்களது பிரச்சினையை வீடியோவில் பதிவு செய்கின்றார். இந்த வீடியோ பிரதியைப் பார்க்கும் பீற்றர் தற்செயலாக மற்றொரு குடுமபத்தின் பிரச்சினையையும் அறிகின்றார். ஆமேனியாவில் இருந்து கனடாவரும் *Bedros Deryan* குடும்பம் தமது மகனைத் தத்துக் கொடுத்து விடுகின்றார்கள். பீற்றர் இவர்களது தத்துக்கொடுக்கப்பட்ட பிள்ளை என இக்குடும்பத்திற்குள் நுழைகின்றார். *Deryan* குடும்பம் மகிழ்ச்சியுடன் இவர்களை வரவேற்கின்றது. தந்தைக்கும் மகளுக்குமிடையில் உள்ள மனக் குழப்பங்களை பீற்றர் தீர்த்து வைக்கின்றார்.

எந்தவித நோக்கமுமின்றி வாழ்ந்து வரும் இளைஞருக்கு தனது அடையாள, ஆளுமைத் தேடல் அவசியமாகின்றது.

பெற்றோரின் கட்டுப்பாடு இதற்குத் தடையாகவுள்ளது. அந்த இளைஞனின் பயணமே இப்படம்.

Family Viewing

ஸ்ரானின் வுலீனின் தந்தை, வுலீனின் பொழுது போக்கே குடும்ப நிகழ்வுகளை வீடியோவில் பதிவு செய்வது. ஸ்ரானின் வுலீனின் பாட்டியும் வுலீனின் தாயுமான அர்மனை வான் கவனிப்பதில்லை. வீட்டில் வைத்துப் பராமரிக்கப் பணமிருந்தும் முதியோர் விடுதியில் வைத்துப் பராமரிக்கின்றார். முதியோர் விடுதியில் எலைனை ஸ்ரான் சந்திக்கின்றான். எலைனின் தாய் நீண்ட காலத்திற்குமுன் முதியோர் விடுதியில் இருந்து மறைந்து விடுகின்றார். ஸ்ரானிற்குப் பாட்டியை முதியோர் விடுதியில் இருந்து வெளியேற்ற விருப்பம். ஏலைன் இதற்கு உதவிபுரிகின்றார்.

இப்படம் ஒரு Hi-Tech Black Comedy ஆகும்.

இவரை ஒரு பின்னவீனத்துவப் படைப்பாளி என சில விமர்சகர்கள் கூறுவதுண்டு. ஆனால் இவர் ஒரு கோட்பாட்டுக்குள் அடங்குபவரல்ல. இவரது படங்கள் சுயம், சமூகம், கலாச்சாரம் இவற்றிக்கிடையில் சுழலும் மனிதர்களின் தேடலாகவே அமைகின்றது. அவர்களே பாத்திரங்கள், அவர்களே பார்வையாளர்கள், அவர்களே தீர்வை முன்வைப்பவர்கள். உலக சீரிய – எதிர் திரைப்படவுலகம் அற்றம் எகோயனின் என்ற பெயரின்றி அமையப் பெறாது.

1. In an interview published in Cineaste magazine, Egoyan says:

"I find cinema is a great medium to explore ideas of loss, because of the nature of how an image affects us and how we relate to our own memory and especially how memory has changed with the advent of motion pictures with their ability to record experience. Our relationship as filmmakers to those issues has changed radically over the past fifteen or twenty years. And people in our society have the instruments available to document and archive their own history. In my earlier films, I was exploring this in quite a literal way. But the ways in which our ability- and our need-to remember have been transmogrified comes very much into the spirit of this film as well.

2. இயக்குனர் தொழில்நுட்பம் பற்றி அளித்த பேட்டியிலிருந்து ஒரு முக்கிய பகுதி

M: What do you feel some of the ways that the shift to digital technology alters our sense of memory?

AE: There was a point in which the technology-and this show really makes this clear-there was a point where the machines that we used to record to memories were somehow extensions of our own bodies. There were things that had character and form and shape. We were aware of the process involved in transcribing the memories. If the machines would break down, we could relate to it in terms of our own bodies: things snapping or getting jammed or springs being slackened. There was something very reassuring in a sense. So even though we surrendered vital parts of our memory to this form of transcription, it was somehow blessed with our own frailty of our own memory. They reflected something about our own attitude; there was something corporeal about the analogue system. As opposed to digital, which seems a complete mystery to us. I think now we completely abstract the storage system. We don't have the same physical relationship to the instruments we use in digital transcription that we did to analogue.

3. இயக்குநர் ஒரு பேட்டியில் *To me, the obvious definition of the exotic is something outside our immediate experience..But ultimately, what really drives the film is the exoticism that we feel towards our own experience, that point at which our own memory, and our own relationship to the things that are closest to us become exotic.*

அடுத்ததாக இப்படத்தில் பிரான்ஸிஸ் ஒரு கணக்கு பரிசோதகர். இயக்குனரின் வாழ்வில் ஏற்பட்ட அனுபவமே இப்பாத்திரம். அவரது மொழியில் அவர் கூறியது *CF: I thought that as soon as someone comes to audit you... AE: Yes. There's something really pedantic about it. No one can think of an audit without some sort of terror, because of what power that they have to reveal and discover things that you might not have even known you'd done wrong. When I was audited [before writing this film], at first I thought, I have nothing to hide, and I made my books open to this person. But the moment that you get that first question about this lunch that you had two years ago, and as you go over the details of this lunch that you've long forgotten, this person looks at you very blankly, and he nods. And you think, is he onto something? Are they onto something that I don't even know about myself? It was really irresistable, to have this man going to the club, so we were auditing him, taking stock of his private life, and of course during the day he's doing that to someone else.*

4. இயக்குநர் நியு யோர்க் ரைம்ஸ் பத்திரிகைக்கு அளித்த பேட்டி. *"Every religion is culpable for having inflicted horrors in the name of God. It's all the same God, yet it's based on these various interpretations and it gets down to these fights about the children's*

crusade. There is such a litany of things that can be brought up against them and for, but ultimately the only thing that has any relevance is whether or not these things lead to a sense of personal dignity and value. I'm suspicious of any collective use of religion because it seems to systematically, at some level, oppress people. It's not because of the way the individual has treated it, but rather, the people who control the orthodoxy."

5. Christian Metz 'Notes on two kinds of voyeurism கருத்துக்களை ஒத்தவை இவரது கருத்துக்கள் (that cinema (and by the same token video), in contrast to theatre, is particularly suitable to modern audiences. Theatre, is 'a ceremony which is always partly civic, involving more than the private individual: a festival. The theatre still retains something of its Greek origins, of its initial atmosphere of citizenship, of public holidays, when a whole population put itself on display for its own enjoyment. The cinema was born much later than the theatre, in a period when social life was deeply marked by the notion of the individual, when there were no longer any slaves to enable "free men" to form a relatively homogenous group, sharing in the experience of a few major affects and so sparing themselves the problem of "communication", which presupposes a torn and fragmented community' (Metz 1985:546-547).)

உயிர் நிழல்

ஒடுக்கப்படுதலும் மீண்டெழுதலும்

சுமார் 15 வருடங்களுக்கு முன்னர் ஒரு கோடை நாளில் கியுபெக் நகருக்குச் சற்றுத் தள்ளி உள்ள *Obedjiwan First Nation* பூர்விக இந்தியரின் கிராமத்துக்குச் சென்றிருந்தேன். அங்கு எங்களுக்குப் பல விடயங்களைத் தெரியப்படுத்திய அதிகாரி எங்களைப் பார்த்து ஒரு கேள்வி கேட்டார். எனது நிறம் ஏன் வெள்ளையாகவுள்ளது? நாங்கள் ஒருவரையொருவர் பார்த்துக் கொண்டபோது அவரே பதிலையும் கூறினார். "எனது மூதாதையர் பிரென்ச் படைகளால் பாலியல் வல்லுறவுக்குட் படுத்தப்பட்டனர். அதன் வழியில் வந்தவன் என்ற படியால் எனது நிறம் வெள்ளையாகவுள்ளது. அது மட்டுமல்ல, எங்களின் பல சந்ததிகளை அழித்து விட்டார்கள், எங்களது தொகை குறைவாக இருப்பதற்குத் திட்டமிட்ட இன அழிப்பே காரணம்" எனத் தெரிவித்தார். வட அமெரிக்கா பூர்விக இந்தியரின் வரலாறு இதனைத் தெளிவாக வெளிப்படுத்துகின்றது. தற்சமயம் அமெரிக்காவில் அங்கீகரிக்கப்பட்ட 562 இனக் குழுமங்கள் உள்ளன. சுமார் 200 அங்கீகரிக்கப்பட்ட இனக் குழுமங்கள் கனடாவில் உள்ளன. ஒரு இனக் குழுமத்தின் ஆகக் கூடிய சனத் தொகை சுமார் ஐந்தாயிரமாகும். 10 மொழிக் குடும்பத்தைச் சேர்ந்த 250 மொழிகள் பூர்விக இந்தியர்களால் பேசப்படுகின்றன. இன்று அதிகமாகப் பேசப்படும் மொழிகள் இவை *Navajo, Cree, Ojibwa, Cherokee, Dakota, Apache, Blackfoot, Choctaw...*

ஒவ்வொரு இனக் குழுமமும் மொழியும் தனக்கேயுரிய பல அம்சங்களைக் கொண்டுள்ளன. அப்படியிருக்க ஒரு மிகப்பழமை வாய்ந்த நாகரீகத்தைக் கொண்ட மக்களுக்கு "இந்தியர்கள்" எனச் சூட்டி இன்று முழு உலகமும் அவர்களை அப்பெயர் கொண்டே பார்க்க வைத்தது எந்த விதத்தில் நியாயம்?

புலம்பெயர்ந்து மக்கள் அகதிகளாக வட அமெரிக்க-ஐரோப்பிய மண்ணில் காலடி எடுத்து வைத்து இன்று ஒரு முக்கிய இனக் குழுமமாக வாழ்ந்து வருகின்றார்கள். சமூக பொருளாதார நிலைகளில் பல படிகளில் வளர்ச்சி பெற்றுள்ளார்கள். அவர்களை அந்த நாட்டுப் பிரசைகளாகப் பத்திரங்கள் மூலம் உறுதி செய்துள்ளார்கள். ஆனால் இன்றும் வீதியில் செல்லும் போது ஒரு வெள்ளை இனத்தவர் அவரைப் பார்த்து "நீ எந்த நாட்டைச் சேர்ந்தவன்" எனவே கேட்கப்படுகின்றது. மனதளவில் புலம்பெயர் மக்களை அந்த நாட்டுப் பிரசைகளாக ஏற்கும் மனோபாவம் இல்லை.

ஐரோப்பியர் ஆயிரத்து நானூறுகளின் பின் பகுதியில் அமெரிக்கக் கண்டத்தை ஆக்கிரமித்துத் தம்மை நிலை நிறுத்தியவர்கள். இவர்கள் இந்த மண்ணைத் தொட்டபோது இங்கு வாழ்ந்த மக்கள் பூர்விக இந்தியர்கள் ஆவார்கள். இவர்கள் திட்டமிடப்பட்டு அழிக்கப்பட்டு இன்று வட அமெரிக்காவில் ஒதுக்குப்புறமாக வாழ்ந்து வருகின்றார்கள். இன்று புலம் பெயர்ந்த எமது மக்களின் வாழ்வைவிட பூர்விக மக்களது வாழ்வு மிக மோசமாகவுள்ளது. அத்தியாவசிய வசதிகளற்று

வாழ்ந்து வருகின்றனர். புலம்பெயர் மக்களை அகதிகளாக இந்நாட்டுப் பிரசைகளாக ஏற்ற அதே அரசுகள் அவர்களை அவர்களது சொந்த இடத்திலேயே அகதியாக்கிவிட்டது. வட அமெரிக்க நகரங்களில் பிச்சை எடுப்பவர்களில் 85 வீதத்துக்கு அதிகமானோர் பூர்விக இந்தியர்களே. இவர்களை அழகாக ஆங்கிலத்தில் *Homeless* என்பார்கள்.

அவர்களது வாழ்வே மிக மோசமாக இருக்கும்பொழுது அவர்களது ஊடகங்கள் எந்நிலையில் இருக்கும் என்பதை ஊகிக்க முடியும். வட அமெரிக்க நகரங்கள் அனைத்திலும் பல இனக் குழுக்களைக் காணக் கூடியதாகவுள்ளது. எங்கும் செவ்விந்தியரைக் காண முடியாது. இவர்கள் அனைவரும் நகரங்களில் இருந்து பல ஆயிரம் மைல் தள்ளிக் குடியேற்றப் பட்டுள்ளார்கள். கடும் பனியிலும் குளிரிலும் அவர்கள் வாழ்ந்து வருகின்றனர். மிகவும் வசதி குறைந்து, மனோநிலையில் பாதிக்கப்பட்டு வாழ்ந்து வருகின்றனர்.

பூர்விக குடிகள் உலகின் பல பாகங்களிலும் வாழ்ந்து வருகின்றனர். ஆஸ்திரேலியா, நியுசிலாந்து, ஸ்கன்டநேவியா போன்ற பல பிரதேசங்களில் வாழ்கின்றனர். இக் கட்டுரை வட அமெரிக்க பூர்விகக் குடிகளை மட்டுமே உள்ளடக்கியுள்ளது. இவர்களை *Aboriginal People, Native Indians, First Nation people, Red Indians* போன்ற பல பெயர்களில் அழைக்கப் படுகின்றனர். இது அவர்களது பிரதேசம். இக்கட்டுரை முழு நீளத் திரைப்படங்களைப் பற்றி மட்டுமே உள்ளடக்கியுள்ளது. கட்டுரையின் நீளம் கருதி விவரணத் திரைப்படங்கள், குறும் படங்கள் தொலைக்காட்சித் தொடர்கள் தவிர்க்கப்பட்டுள்ளன. இது ஒரு அறிமுகக் கட்டுரை மட்டுமே.

பூர்விகக் குடிகள் முறையாக திரைப்படங்களில் சித்தரிக்கப்படுகின்றார்களா? இக்கேள்விக்கு விடை தேட முன்னர், ஹொலிவூட் தமது எதிரிகளை எவ்வாறு சித்தரித்துள்ளது என்பதைப் பின்நோக்கிப் பார்த்தல் முக்கியமானது. முஸ்லீம் மக்களை மேற்கைத் தாக்குபவர்களாகத் திரைப்படங்களில் சித்தரித்துள்ளது. வியட்நாம் போரின் பின்னரும் வியட்நாம் மக்களை, போராளிகளை மிக மோசமானவர்களாகச் சித்தரித்துள்ளது. பூர்விகக் குடிகளும் விதிவிலக்கல்ல.

சில உதாரணங்கள் இவை.

1914இல் வெளிவந்த *The Battle of Elderbush Gulch* என்ற திரைப்படத்தில் பூர்விக இந்தியர்கள் "நாயைக் களவெடுத்துக் கொன்று சாப்பிடுபவர்களாக"க் காட்டப்பட்டுள்ளது. *The Searchers* (1956) என்ற படத்தில் வெள்ளை இனத்தவரைக்

கொன்று அவர்களது மகளையும் ஒரு பூர்விக இந்தியர் கடத்துவதாகக் காட்டப்பட்டுள்ளது. இனவாதத்தை அதிகளவில் கக்கிய படம் இது. 2001இல் வெளிவந்த பாம்பு நடனம் (Snake Dance) என்ற படத்திற்கான விளம்பரம் இது "A fantasy Trip into the Erotic World of the First Nation" (பூர்விகக் குடிகளின் சிற்றின்ப உலகத்துக்கான கற்பனா பயணம்). One Flew Over the Cuckoo's Nest (1975) என்ற படத்தில் பூர்விக இந்திய இனத்தலைவரைப் பார்த்து ஐரோப்பிய அமெரிக்கன் "நல்லது தலைவரே, அவர்கள் உன்னைக் காது கேளாதவர் என்று நினைப்பார்கள், உன்னை மடையன் என நினைப்பார்கள். யேசுவே தலைவர் அவர்களை முட்டாள்களாகிவிட்டார்" எனக் கூறுகின்றான். இக்கூற்று இரு விடயங்களை வெளிப்படுத்துகின்றது. ஒன்று பூர்விக இந்தியத் தலைவர் அறிவற்றவர் என்பது, இரண்டாவது அவர் கொடுரமானவர் என்பது. ரமோனா (Ramona) இக் கரு பல காலப்பகுதிகளில் வெவ்வேறு இயக்குனர்களால் இயக்கப்பட்டு வெளிவந்துள்ளது. செவ்விந்தியரைத் திருமணம் செய்த ஐரோப்பியப் பெண் கணவனின் மரணத்தின்பின் அமைதியையும் பாதுகாப்பையும் தேடி மெக்சிக்கோவிற்குச் செல்கின்றார். செவ்விந்தியரின் வாழ்விடங்கள் வாழ்வதற்கு ஏற்ற இடமல்ல எனப் படம் விழிக்கின்றது. இதேபோன்று ரெக்ஸ் எலிங்வுட்டின் பீச் சிறுகதையை மையமாகக் கொண்டு எடுக்கப்பட்ட செவ்விந்திய – ஐரோப்பியக் காதலர்கள் செவ்விந்தியரின் வாழ்விடத்தைவிட்டு வெளியேறி வாழ்கின்றனர். பாதுகாப்பும் அமைதியுமே பிரதான காரணங்களாக திரைப்படம் வெளிப்படுத்துகின்றது. சிறுகதைக்கு மாறாகவே படம் அமைந்திருந்தது. A Romance of the Western Hills என்ற படத்தில் செவ்விந்தியக் குடும்பத்தால் தத்து எடுக்கப்படும் பிள்ளை வளர்ந்தபின் அங்கிருக்காமல் தான் பிறந்த ஊருக்கே திரும்பிவிடுகின்றார். 1990களுக்கு பின்னர் வந்த ஹொலிவுட் படங்களில் செவ்விந்தியருக்கு எதிரான கருத்துக்களைக் கொண்ட படங்களில் ஓரளவு மாற்றத்தைக் காணலாம்.

ஹொலிவுட் படங்கள் பின்வரும் இரு பாத்திரத் தன்மைகளைப் படங்களில் வெளிப்படுத்தியுள்ளது. இவை செவ்விந்தியருக்கும் ஐரோப்பியருக்குமான வேறுபாடாகப் பிரச்சாரப்படுத்தப்பட்டுள்ளது.

செவ்விந்தியர்	ஐரோப்பியர்
1 மூர்க்கத்தனமானவர்கள் மிருக்கத்தனமானவர்கள்	நாகரீகமானவர்கள்
2 சுதந்திரமான சமூகம்	கட்டுப்பாடுடைய சமூகம்

3	இயற்கையுடன் ஒன்றியவர்கள்	கலாச்சாரம் – பண் பாடுடையவர்கள்
4	பழமைவாதிகள்	மாற்றங்களை ஏற்றுக் கொள்பவர்கள்

மேற்கூறிய குணாம்சங்களைக் கொண்ட பாத்திரங்களே ஹொலிவுட் படங்களில் படைக்கப்பட்டன. இவற்றுடன் ஐரோப்பியருக்குச் செவ்விந்தியர்கள் உதவி செய்பவர்களாகவும் ஐரோப்பியருக்காகத் தியாகங்கள் செய்பவர்களுமாகக் காட்டப்படுகின்றன. இது ஒருவகையில் செவ்விந்தியர் அடிமைகள் என்பதையே வெளிப்படுத்துகின்றது. சில வருடங்களுக்கு முன்பு வெளிவந்த அவற்றார் (Avatar) திரைப்படமும் செவ்விந்தியர்களை இயற்கையுடன் ஒன்றியவர்களாகவே காட்டியுள்ளது. புத்தரின் போதனையான "எல்லாவற்றிக்கும் தொடர்புண்டு" என்ற கருத்துப்பட வாழ்கின்றனர். ஆலமரம் போன்று தோற்றமளிக்கும் மரங்களைக் கடவுளுக்குச் சமானமாகக் கருதுகின்றார்கள். இவ்வாறான கருத்துக்கள் இவர்களை மனித குலத்துக்கு அப்பாற்பட்டவர்களாகவே காட்டுகின்றது. ஐரோப்பியர் செவ்விந்தியரைவிட மேலானவர்கள் என எண்ணத் தோன்றுகின்றது.

முதலாம் இரண்டாம் உலகப்போரின்போது வெளியான சில படங்கள் செவ்விந்தியருடன் ஒற்றுமையாக உள்ளதாகக் காட்டப்பட்டுப் பின்னர் மீண்டும் அவர்களை மோசமானவர்களாகச் சித்தரிக்கத் தொடங்கிவிட்டார்கள்.

1956இல் Cecil B DeMille தனது பத்துக் கட்டளைகள் (The Ten Commandments) என்ற படத்தில் "மனிதர்கள் நாட்டின் சொத்தா? இல்லை கடவுளின் கீழ் சுதந்திரமானவர்களா? "Are men the property of the state, or are they free souls free souls under God? எனக் கேட்கின்றார். இதற்கு மாறாக Unconquered படத்தில் "பூமிக்கும் செவ்வாய்க்குமிடையில் எந்தவிதக் காட்டுமிராண்டித்தனமோ பண்பாடற்ற தன்மையோ இல்லை. ஆனால் இங்கிருந்து ஒகாயோவிற்கிடையில் பத்தாயிரம் கொதிக்கும் செந்தலைகள் உள்ளன" என்ற வசனம் பேசப்பட்டுள்ளது. மேலும் "ஆரம்பத்தில் செவ்விந்தியரை எதிர்த்து நின்றார்கள். இப்பொழுது செங்கருத்துக்களை எதிர்த்து நிற்கின்றார்கள்." அமெரிக்காவின் ஒவ்வொரு போராட்டத்தின் போதும் செவ்விந்தியர் தாக்கப்படுவார்கள். டிஸ்னியின் Pocahontas படத்திலும் செவ்விந்தியரின் நம்பிக்கைகள் கலாச்சாரங்கள் திரிபுபடுத்தப்பட்டுள்ளன.

திரைப்படங்களிலும் பூர்விக இந்தியர்களின் பாத்திரங்களுக்கு ஐரோப்பிய இந்தியர்களே நடிக்கின்றனர். இதற்கான பிரதான காரணமாக ஹொலிவுட் வர்த்தக ஆய்வாளர்கள் கூறும் காரணம் "விற்பனை". ஒரு படத்தை விற்க வேண்டுமாயின் அதில் ஐரோப்பிய அமெரிக்கரே நடிக்க வேண்டும் என்பது இன்று வரையுள்ள நம்பிக்கை. பூர்விக இந்தியரைப் பற்றிய படங்களின் மொழியும் ஆங்கிலத்திலேதான் இருக்கும். காந்தி படத்தில் காந்தியாக நடித்தவர் பென் கிங்ஸ்லி என்ற வெள்ளை இன நடிகர் என்பது இங்கு நிச்சயம் நினைவுகூர வேண்டியுள்ளது. நடிகர்களே அப்படியெனில் பாத்திர அமைப்பு எப்படி இருக்கும்? வட அமெரிக்காவில் பூர்விக இந்தியர்கள் ஐரோப்பியரின் காலத்துக்கு முன்னர் இருந்தனர் என்பதை மறக்கடிப்பதே வட அமெரிக்கப் பெருவோட்டத்தினரின் பிரதான நோக்கமாக இருந்தது. மறுபுறம் பூர்விக இந்தியர்கள் நவீன உலகத்துக்கு லாயக்கற்றவர்கள் என்பதை நிரூபிக்க வேண்டும். இதனைத் திரைப்படங்கள் சிறப்பாகச் செய்துள்ளன. இன்றும் பூர்விக இந்தியர்கள் வட அமெரிக்கப் பிரதான நகரங்களிலிருந்து பல நூறு மைல்கள் தள்ளியே வாழ்கின்றனர். மிகவும் வசதி குறைந்து மனோநிலையில் பாதிக்கப்பட்டு வாழ்ந்து வருகின்றனர். தொடர்ச்சியாக இவ்வாறான படிமங்களை மக்கள் மத்தியில் தற்சார்புடையதாக ஏற்படுத்துவதால் ஒரு எதிர்மறைச் சான்றை ஒப்புறுதிப்படுத்தலையும் ஏற்படுத்தினர். அதாவது மரபு மடக்கம் செய்தலாகும். பூர்விக இந்தியரின் மரபு, கலாச்சாரங்களின் உண்மைகளை மறைத்து, அவர்களின் நம்பிக்கைகளை நாகரீகற்றமதாகவும் பொய்யானதாகவும் வெளிப்படுத்தல்.

எதிர் சினிமா

மேற்கத்திய திரைப் படைப்பாளிகளின் திட்டம் இரு வகைகளில் நடைமுறைப்படுத்தப்படுகின்றது. முதலாவது பூர்விக இந்தியர்களின் பாத்திரங்கள் தங்களின் சுதந்திரத்துக்கும் இறைமைக்கும் எதிராகச் செயல்படுகின்றன. திரைப்படங்களில் இந்தியர்களின் பாத்திரங்களின் தன்மையைத் திட்டமிட்டு ஏற்படுத்துவதன் மூலம் இந்தப் பாதிப்பை ஏற்படுத்துகின்றனர். துவயதார்த்தம் கொண்ட பாத்திரங்கள் மூலம் பாத்திரங்கள் கறை படிந்தவையாகவும் தெளிவற்றும் மாற்றப்படுகின்றன. பாத்திரங்களின் தன்மையைக் குழப்பம் அதிகமானவையாக மாற்றுவதன் மூலமும் இது சாத்தியப்படுத்தப்படுகின்றது. இரண்டாவது பாத்திரங்கள் ஒரு மூர்க்கத்தனமான, பண்பாடற்ற தன்மையை வெளிப்படுத்தப்படுகின்றன. இது பூர்விக இந்தியர்களின் இயல்பு நிலையாக மாற்றப்படுகின்றன. இக்கருத்துக்களை மிச்சிக்கன் பல்கலைக்கழகப் பேராசிரியர் ரொபெட் பெக்போர் உறுதிப்படுத்தியுள்ளார்.

அதேசமயம் இந்தியர்கள்மேல் அனுதாபம் வரும் வகையில் சில படங்கள் வெளிவந்துள்ளன. *The Last of Mohicans* இப்படம் *1757*இல் ஜேம்ஸ் பெனிமோர் கூப்பர் என்பவரால் எழுதப்பட்ட நாவலை மையமாகக் கொண்டது. பூர்விக இந்தியர்களில் *Mohicans, Mohegan* ஆகிய இனங்களும் உண்டு. இவ்விரு இனத்தவரும் இன்றும் வாழ்ந்து வருகின்றனர். முதலாவது இனத்தவர் ஹட்சன் நதிக்கரைப் பிரதேசங்களிலும் இரண்டாவது வகையினர் அமெரிக்காவின் கனரிக்கட் மாநிலத்திலும் வாழ்ந்துவருகின்றனர். *1757*இல் பிரென்ச் – இங்கிலாந்துப் படைகளுக்கும் பூர்விகக் குடிகளுக்கும் இடையில் சண்டை நடைபெற்றது. இங்கிலாந்து இராணுவ அதிகாரியின் மகளுக்கும் பூர்விக குடிமகனுக்கும் இடையில் ஏற்படும் காதலை மையமாகக் கொண்டுள்ளது. இப்படம் பூர்விக இந்தியர்களை ஒரு அனுதாப நோக்குடன் அணுகியுள்ளது. *1990*களில் வெளிவந்த மற்றொரு படம் *Dances witn Wolves* (ஓநாய்களுடன் நடனம்) வட அமெரிக்காவில் ஓநாய் என்பது நரி போன்றவற்றைவிட மிகப் பெரிய கொடூரமான மிருகம். சிவில் போரின் பின்னர் பூர்விக இந்தியரின் பிரதேசத்துக்குள் செல்லும் நாயகனுக்கு அங்கு பூர்விக இந்தியர்கள் ஒரு வெள்ளை இனப் பெண்ணைச் சிறு வயதில் இருந்து வளர்த்து வருவது தெரிகின்றது. படிப்படியாகத் தன்மேல் இருந்த வெள்ளை இன அதிகார அங்கிகளைக் கழற்றியெறிகின்றார். கெவின் கோஸ்ரனர் நாயகனாக நடித்த இப்படம் *2000*ஆம் ஆண்டுக்கான ஒஸ்காரின் சிறந்த படம், இயக்குனர் உட்பட்ட ஐந்து விருதுகளைப் பெற்றுக் கொண்டது. *Geronimo* மற்றொரு குறிப்பிடத்தக்க படம். *1950*களில் வெளிவந்த இப் படத்தில் செவ்விந்தியரின் கலாச்சார

பாரம்பரிய முக்கியத்துவங்கள் வெளிப்படுத்தப்பட்டுள்ளன. இக் காலகட்டத்தில் வெளிவந்த Naked in the Sun போன்ற படங்களும் செவ்விந்தியரை அனுதாபத்துடன் வெளிப்படுத்தியுள்ளன.

1961இல் கென்ற் மக்கன்சியின் இயக்கத்தில் வெளிவந்த The Exiles படம் ஐரோப்பியர் எவ்வாறு செவ்விந்தியரைக் கட்டுப்படுத்தினார்கள் என்பதை வெளிப்படுத்தியுள்ளது. இப்படத்தை அமெரிக்காவில் வெளியிடமுடியவில்லை. எந்த விநோயகஸ்தரும் முன்வரவில்லை. பின்னர் 2008இல் பேர்லின் திரைப்படவிழாவில் திரையிடப்பட்டது.

கனடாவில் இருந்து செவ்விந்தியரைப் பற்றி ஒரு சில திரைப்படங்களே வெளிவந்துள்ளன. ஆனால் பல விவரணத் திரைப்படங்களும் குறும்படங்களும், தொலைக்காட்சித் தொடர்களும் வெளிவந்துள்ளன. இவற்றிலும் இனவாதக் கருத்துக்கள் காணப்படுகின்றன.

Loyalties (1986) படம் செவ்விந்தியருக்கு எதிரான இனவாதத்தை வெளிப்படுத்தியபோதும் செவ்விந்தியப் பெண்களின் வீரத்தையும் ஆற்றலையும் வெளிப்படுத்தியது. 1990இல் வெளிவந்த The Company of Strangers படத்தில் பேருந்து ஒன்று இடையில் பழுதாகி நின்றுவிடுகின்றது. அப்பேருந்தில் பயணம் செய்த ஆறு பெண்கள் ஒருவருடன் ஒருவர் கூட்டாக உரையாடுகின்றனர். இவர்களில் ஒருவர் செவ்விந்தியப் பெண். இவர்கள் இருத்தலியலுக்கான ஆற்றல்களை விடயங்களைத் தமது உரையாடல்களில் இருந்து கற்றுக்கொள்கின்றனர்.

போலாந்திலிருந்து கனடாவில் குடியேறிய *Richard Bugujski*, 1991இல் *Clear Cut* படத்தை இயக்கியிருந்தார். இது செவ்விந்தியருக்கு எதிரான இன வெறித்தாக்குதல்களை விமர்சித்திருந்தது. டொனால்ட் மார்சல் என்ற மிக்மக் செவ்விந்தியர் செய்யாத குற்றத்துக்காகத் தண்டனை பெற்றிருந்தார். இதனை விமர்சித்து 1989இல் *Justice Denied* என்ற படம் வெளியானது. கியுபெக்கைச் சேர்ந்த போல் கொவான் இப்படத்தை இயக்கியிருந்தார். இதே ஆண்டில் வெளிவந்த மற்றொரு முக்கியமான படம் *Where the Sprit Lives*. 1937இல் ஒரு இளம் செவ்விந்தியப் பெண் பல செவ்விந்திய இளைஞர்களுடன் கடத்தப்பட்டு கட்டாயப்படுத்தப்பட்ட விடுதிப் பாடசாலைகளுக்குக் கொண்டு செல்லப்படுகின்றார். மேற்கத்திய மொழி, கலாச்சாரம், பண்பாட்டைப் பயிற்றுவிக்கும் நோக்குடனே இது நடைமுறைப்படுத்தப்படுகின்றது. (இங்கு சென்ற பலரைக் காணவில்லை எனத் தொடர்ச்சியான முறைப்பாடுகள் தொடர்கின்றன.) கடத்தப்பட்ட பெண் தனது சகோதரங்களையும் அடையாளத்தையும் தேடுவதே இப்படம். இவரது பெயரும்கூட மேற்கத்தியப் பெயராக மாற்றப்பட்டுவிட்டது. இவரது சகோதரர்களும் கடத்தப்பட்டுள்ளார்கள். 1991இல் ஆறுக்கு மேற்பட்ட விருதுகளைப் பெற்ற படம் *Black Robe*. *Algonquin*க்கும் *Iroquois*க்கும் மிடையிலான திட்டமிடப்பட்ட வேறுபாடுகளை இப்படம் வெளிப்படுத்தியுள்ளது. செவ்விந்தியர் இப்படத்தை கடுமையாகக் கண்டித்துள்ளனர். இப்படத்தை இயக்கிய ஆஸ்திரேலியரான *Bruce Beresford* செவ்விந்தியர்கள் தங்களது சுயத்தைத் தரிசிக்கத் தயங்குகின்றனர் எனப் பதிலளித்தார். இப்படம் அமெரிக்காவில் மட்டும் 8.2 மில்லியன் டொலர்களை வசூலாகப் பெற்றுள்ளது. *Susannah of the Mounties* இப்படம் கனடிய ஆர்.சி.எம்.பிக்கும் பூர்விக இந்தியருக்குமான சண்டையைப் பற்றியது. தொடர்ச்சியாக இந்தியர்கள் தம்மைத் தாக்குவதாக பிரச்சாரப்படுத்தியுள்ள இப் படம் ஓர் அமெரிக்கத் தயாரிப்பாகும்.

எண்ணிக்கையில் குறைவான படங்களே செவ்விந்தியர்களால் தயாரிக்கப்பட்டுள்ளன. செவ்விந்தியரும் பல விவரணத் திரைப் படங்களையும் குறும்படங்களையும் தொலைக்காட்சித் தொடர்களையும் இயக்கியுள்ளனர். செவ்விந்தியர்களின் படைப்புக்கள் அனைத்தும் ஐரோப்பியரின் ஒடுக்கு முறைக்கு எதிராகவும், தங்களது கலாச்சார விழுமியங்களின் முக்கியத்துவத்தை வெளிப்படுத்துவதுமாகவே அமைந்துள்ளமை குறிப்பிடத்தக்கது. இது கனடா, அமெரிக்கா இரு நாடுகளையும் இணைத்தே கூறலாம். எனவே இங்கு செவ்விந்தியர் படங்கள்

என்பது இவ்விருநாடுகளையும் இணைத்தே கூறப்படுகின்றது. *The Fast Runner - Atanarjuat* கி.பி 1000 ஆண்டளவில் இரு சகோதரர்கள் தங்களது சமூகங்களைப் பிரித்த கெட்ட ஆவியைப் பழிவாங்கத் தயாராகின்றனர். ஒருவர் *Atanarjuat* அதாவது வேகமாக ஓடுபவர். மற்றவர் *Inuktitut* அதாவது பலசாலி. இவர்களையும், இவர்களது சமூக நம்பிக்கைகளையும் அதன் பின் ஆதாரங்களையும் இப்படம் பதிவு செய்துள்ளது. கனடாவின் வடக்குப் பகுதியில் ஆக்டிக்கு அருகில் படம் பிடிக்கப்பட்டுள்ளது. செவ்விந்திய மொழிகளில் ஒன்றான *Inuktitut*இல் வெளிவந்த முதல் படமிது. அதற்குமுன் செவ்விந்திய மொழிகளில் எந்த படமும் வெளியாகவில்லை. கான்ஸ் புதுமுக இயக்குனர் இயக்கிய படங்களில் சிறந்த படமாக விருது பெற்றது. இதனை இயக்கியவரும் ஒரு செவ்விந்தியரே *Zacharias Kunuk.* இவரும் கட்டாயப்படுத்தப்பட்டு ஆங்கிலம் பயின்றவர்களுள் ஒருவர். மிகவும் நேர்த்தியாகக் கவனமுடன் திரைக்கதை அமைக்கப்பட்டுள்ளது. செவ்விந்தியர் கலாச்சார பண்பாட்டு முக்கியத்துவங்கள் தெளிவாகக் கூறப்பட்டுள்ளன. மிகவும் கடுமையான குளிர்ப் பிரதேசமான ஆக்டிக் பகுதியில் படமாக்கப்பட்டுள்ளது. ஒரு கூட்டு முயற்சியாக அப்பகுதி சமூகத்துடன் இணைந்து தயாரித்துள்ளார்கள்.

கனடிய – அமெரிக்கக் கூட்டுத் தயாரிப்பில் வெளியான *Smoke Signals* மற்றொரு குறிப்பிடத்தக்க படம். இப்படத்தின் மொழி ஆங்கிலமாகும். தோமஸ் ஒரு வித்தியாசமான பிரசை. தன்னிச்சையாகத் திரியும் இளைஞன். இவனது பேச்சை எவரும் பொருட்படுத்துவதில்லை. ஆர்னல்ட், தோமசின் பக்கத்து வீட்டு இளைஞன். இவர்கள் இருவரும் ஒன்றாக வளர்கின்றனர். தோமசை ஒரு நெருப்பு விபத்தில் இருந்து ஆர்னலட் காப்பாற்று கின்றான். இந்த விபத்தில் தோமசின் பெற்றோர் இறந்து விடுகின்றனர். ஆர்னலட்டை தோமஸ் ஒரு கதாநாயகனாவே கருதுகின்றான். ஆர்னலட் செவ்விந்தியரின் பகுதியில் இருந்து வெளியேறி வேறோர் இடத்தில் மகன் விக்ரருடன் வாழ்கின்றான். இதன் பின்னர் பல வருடங்களின் பின் ஆர்னலட்டைக் காணவில்லை. ஆர்னல்ட் இறந்து விட்டதாகவே கருதுகின்றனர். ஆனல்ட்டின் உடலைத் தேடிச் செல்ல விக்ரருக்குப் பண உதவி செய்ய தோமஸ் ஒரு நிபந்தனையுடன் முன் வருகின்றான். தானும் விக்ரருடன் பயணிக்க வேண்டும் எனும் நிபந்தனையுடன் முன்வருகின்றார். செவ்விந்தியரின் நகைச்சுவையுணர்வை இப்படம் வெளிப்படுத்துகின்றது. அத்துடன் இப்படமும் இவர்களது கலாச்சார விழுமியங்களையும் அழகாக வெளிப் படுத்துகின்றது. செவ்விந்தியரை ஹொலிவுட் படங்கள் கேலி செய்தன. இப்படம் ஐரோப்பியரின் வட அமெரிக்க ஆதிக்கத்துக்கு

எதிராகக் குரல் கொடுக்கின்றது இதனை இயக்கியிருப்பவர் Chris Eyer ஒரு செவ்விந்தியர். வெள்ளை இனத் தம்பதியர் இவரைத் தத்து எடுத்திருந்தனர். அப்படியிருந்தும் தனது 18 வயதில் தனது பூர்விகத்தைத் தேடி அறிந்தார். இதன் பின்னர் செவ்விந்தியரின் வரலாறு, கலாச்சாரம், ஐரோப்பியரின் ஆக்கிரமிப்பு போன்ற விடயங்களை முன்னிறுத்திப் பல படங்களை இயக்கியுள்ளார். இவருக்கு ஹொலிவுட்டிற்குச் செல்ல பல சந்தர்ப்பங்கள் கிடைத்தன. அவற்றை அவர் நிராகரித்துவிட்டார். தனது மக்களுக்காகவே படங்களை இயக்கினார். 2008இல் இவர் இயக்கிய Skin படம் செவ்விந்தியரைப் பற்றியதல்ல. ஆக்கிரமிப்புக்குப்பட்ட மற்றொரு இனமான தென் ஆபிரிக்க கறுப்பு இனச் சிறுமியைப் பற்றியது. இச்சிறுமியின் பெற்றோர் இருவரும் தென் ஆபிரிக்க வெள்ளை இன மக்கள். சிறுமியாக இருக்கும்பொழுதும் வளர்ந்த பின்னரும் எதிர்கொள்ளும் இனவாத வேறுபாடுகளை இப்படம் பதிவு செய்துள்ளது. 1965 காலப்பகுதியில் தென் ஆபிரிக்காவில் நடைபெற்ற உண்மைச் சம்பவங்களை மையமாகக் கொண்டது இப்படம்.

A Year in Mooring, A Thousand Roads ஆகிய படங்களையும் இயக்கியுள்ளார். அத்துடன் குறும்படம், பல தொலைக்காட்சிப் படங்கள், தொடர்களையும் இயக்கியுள்ளார். செவ்விந்தியரின் ஒரு குறிப்பிடத்தக்க இயக்குனர் இவராவார்.

தடை செய்யப்பட்ட படங்கள் பல விவரணத் திரைப்படங்களே. இக்கட்டுரை முக்கியமாக முழு நீளத் திரைப்படங்களைப் பற்றியதாக இருப்பினும் கீழ்க்காணும் விவரணத் திரைப்படத்தைப் பற்றிய பதிவு முக்கியம்.

Kanehsatake: 270 Years of Resistance மொகவாக்கின் நிலத்தில் ஒரு உல்லாச வீட்டுக் குடியிருப்பும் கோல்ப் மைதானமும் அமைக்க முற்பட்டபோது செவ்விந்தியர் எதிர்ப்புத் தெரிவித்தனர். சுமார் மூன்று மாதங்கள்வரை நடைபெற்ற போராட்டத்தை இப்படம் பதிவு செய்துள்ளது. 270 வருடங்களாக ஐரோப்பியர் மேற்கொண்ட ஆக்கிரமிப்புக்கு எதிராகப் படம் குரல் கொடுக்கின்றது. ஆரம்பத்தில் இந்த விவரணத் திரைப்படத்தை ஒளிபரப்ப சிபிசி (Canadian Broadcasting Corporation) மறுத்து விடுகின்றது. தொடர்ச்சியான எதிர்ப்புக் குரலையடுத்து 1994இல் இப்படம் திரையிடப்பட்டது. இப்படத்தினைக் கனடியத் தேசிய திரைப்படக் கூட்டுத்தாபனமே தயாரித்துள்ளது.

செவ்விந்தியர் தங்களைத் திரைப்படங்களில் தாங்களாகவே பதிவு செய்தமை மிகக் மிகக் குறைவே. எமது கண்முன்னே ஒரு சமூகம் சுமார் நானூறு வருடங்களாகத் திட்டமிட்டு

அழிக்கப்பட்டுள்ளனர். அண்மைக் காலங்களில் பல இனங்கள் இவ்வாறு அழிக்கப்பட்டுள்ளதை நாமறிவோம். ஒருசில அவற்றை மீறி உயிர்த்துள்ளன. ஆமேனியர் துருக்கியரின் படுகொலைகளுக்குப் பின்னரும் இன்று தனி நாடாகப் பரிமளிக்கின்றனர். பாலஸ்தீனியரும் கடுமையாகப் போராடுகின்றனர். ஆனால் செவ்விந்தியர் அவ்வாறு மீள முடியாமல் மனோரீதியாகவும் அரசியல் ரீதியாகவும் ஆக்கிரமிக்கப்பட்டுள்ளனர். அவர்களுக்கு இவற்றில் இருந்து மீட்சி பெறப்படுமா?

"துப்பாக்கி; முன்பே
வில்லும் – அம்பும்
சுருதி கூட்டுமா?"

என செவ்விந்தியரின் கவிதை ஒன்று சொல்கின்றது

காலச்சுவடு

வெப்பம் உண்டு வெளிச்சம் இல்லை

மைக்கல் மூர் (Michael Moore) அமெரிக்க மிச்சிக்கன் மாநில தொழில் நகரமான Flintஇல் பிறந்து வளர்ந்தவர். இவர் தனது முதலாவது படமான Roger and Meஐ வெளிக்கொணர்ந்தபொழுது இவர் கிழமைக்கு 99 அமெரிக்க டொலர்களைச் சம்பளமாகப் பெற்றுக் கொண்டிருந்தார். உலகின் சிறந்த விவரணத் திரைப்படைப்பாளிகளில் இவருக்கும் ஓர் இடமுண்டு.

இவரது விவரணத் திரைப்படங்கள் *reflexive* விவரணத் திரைப்படங்களாகும். (செயல் மீதே தாக்குதல்) இவ்வகைப் படைப்புகளை *Bertolt Brecht, Jean-Luc Godard* போன்றவர்கள் படைத்துள்ளனர். இது இடதுசாரி திரைப்படப் படைப் பாளிகளிடம் மிகவும் பிரசித்தமானது. இவை சமூகத்தின் சமூக அரசியல் உண்மைகளைச் சனநாயக முதலாளித்துவ அமைப்பில் வெளிக்கொணர பெரிதும் உதவி புரிகின்றன. மைக்கல் மூர் செல்வாக்குச் செலுத்துகின்ற அரசியல் கோட்பாடுகளையும் சமூக அரசியல் பிரச்சாரங்களையும் தமது பார்வையாளர்கள் நுகர்வதைத் தடுக்கிறார்.

இவை மிகவும் அவதானத்துடன் கையாளப்படுகின்றன. ஓர் புலனாய்வுப் பத்திரிகையாளர்போல் நீண்ட ஆய்வுகளை மேற்கொள்கிறார். இது அமெரிக்காவின் கற்பனைவாத மேலெழுந்தவாரியான தொடர்பூடகங்களால் உள்வாங்கப்பட்ட விடயங்களின் மறுபக்கத்தை நுகர்வோர்மீது முன்வைக்க உதவுகின்றது.

வழமையான விவரணப் படங்களில் உரைஞர்கள் கூறுவதை இவர் தவிர்க்கின்றார். மாறாகத் தமது படங்களில் உண்மைச் சம்பவங்களை நேரடியாகக் காட்டுகின்றார். உதாரணத்துக்கு ஃபரனைற் 911 என்ற படத்தில் அமெரிக்க செனட்டரை நேரடியாகவே "உமது மகன் அமெரிக்க இராணுவத்தில் உள்ளாரா?" எனக் கேட்கின்றார். அதேபோல் இராணுவத்தில் சேர்வதற்கான விண்ணப்பப் படிவங்களுடன் செனட் வாசலில் நிற்கின்றார். *KMart* முன்னால் நின்று *Columbine* துப்பாக்கி சம்பவத்தில் பாதிக்கப்பட்டவர்களுக்கான போராட்டத்தில் ஈடுபடுகின்றார்.

இவரது படங்களில் ஒரு நடிகராக இவரும் இருப்பது என்பது பார்வையாளர்களுக்கும் இவருக்கும் இடையில் ஒரு நெருக்கத்தைக் கொடுக்கின்றது. இதனால்தான் இவரது படங்கள் வர்த்தகரீதியிலான படங்களைப்போல் சாதனை படைத்துள்ளன. ஃபரனைற் 911இ 113 மில்லியன் அமெரிக்க டொலர்களை வசூலித்தது. திரைப்பட சரித்திரத்தில் *Box Office*இல் முதல் வாரம் முதலாவது இடத்தைப் பெற்ற முதல் விவரணத் திரைப்படம் இதுவே.

இவர் மத்திய தொழிலாளர் வர்க்கத்தினருள் ஒருவராக தன்னைக் காட்டிக் கொண்டுள்ளார். இவரது படங்கள் பெரும்பாலும் பெரும் அரசியல் வர்த்தக பிரமுகர்களை நேரடியாக அவர்கள் மூலமாகவே அவர்களை விமர்சிக்க வைக்கின்றது. இவர் ஒருவரே கம்பெனி அமைப்புகளையும்

அரசியலையும் விமர்சிப்பவர். Roger & Me நேரடியாகவே கம்பெனி அமைப்புகளை விமர்சிக்கின்றது. பாதிக்கப்பட்ட தொழிலாளிகளுக்கு அரசு என்ன செய்தது என்ற கேள்வி பலமாகவே எழுப்பப்படுகின்றது. இவ்விரு சமூகங்களுக்கான தொடர்புகளை இவர் பின்வருமாறு விளக்குகின்றார்.

DIAGRAM FORMAT - have to see இந்த வடிவத்தைத் தனது ஃபரனைற் 911இல் முன் வைக்கின்றார்.

இவர் நேரடியாக மார்க்சிய கருத்துக்களை முன்வைக்காமல் அரசியல் பிரச்சினைகளை அதன் உண்மைகளுடன் மக்கள் முன் சமர்ப்பிக்கின்றார். பாதிக்கப்பட்டுள்ள மக்கள் சமூகத்தை உண்மையை நோக்கிச் செல்லத் தூண்டுகின்றார்.

முதலாளித்துவத்தின் நேர்மையின்மையையும் தொடர்பு சாதனங்களின் போலித்தன்மையையும் இவர் உடைக்கின்றார்.

போர் என்பது உண்மையான போரா என்ற கேள்வி ஒரு புறம். மறுபுறம் வெற்றிக்கான போரா என்பதுதான் முக்கியம். ஆளும் கட்சியினரால் தமது சொந்த நலன்களுக்காக நடத்தப்படுபவையே போர். எனவே போர் தொடரவேண்டும்.

கடந்த பல தசாப்தங்களில் முடிவுக்கு வந்த போர்கள் வெகு குறைவே. பாலஸ்தீனம், காஷ்மீர், வளைகுடா யுத்தங்கள், இடதுசாரிகளுக்கு எதிரான யுத்தம். ஃபரனைற் 911இல் மைக்கல் மூர் முன்வைப்பது இதுவே. மக்களிடம் ஒரு பயத்தை ஏற்படுத்தி அதன்மூலம் ஒரு போரைத் தொடர்ச்சியாக வைத்திருப்பதுவே அரசின் கவனமாக உள்ளது.

இவர் தனது படங்களில் மூன்று படிகளில் விமர்சனங்களை வைக்கின்றார்.

1. உண்மைகளைக் கூறுதல்

2. அதற்கான காரணங்களைக் கூறுதல்

3. எங்கிருந்து வருகின்றது என்ற தொடர்புகளை வெளிப்படுத்துதல்.

இவரது நான்கு படங்களிலும் (Farenheit 9/11, Canadian Bacon, Roger & Me, Bowling of Colombine) இவ்வாறான வடிவத்தைக் கையாண்டுள்ளார். ஃபரனைற் 911 படத்திற்கு பதிலளித்த Condoleezza Rice 911க்கும், ஈராக்கும் தொடர்பு உண்டு. இதில் சதாம் நேரடியாக சம்பந்தப்படவில்லை. கருத்தியல் ரீதியாக அமெரிக்காவுக்கு எதிராக எழுந்துள்ள வெறுப்பே இந்த 911.

இது மைக்கல் மூரின் திரைப்பட வடிவத்துக்கு கிடைத்த வெற்றி. இப் படத்தை ரெக்ஸாஸ் மாநிலத்தின் விசேட காட்சி ஒன்றில் ஜோர்ஜ் புஷ் கலந்துகொள்ள ஏற்பாடாகி இருந்தது. அமெரிக்க அதிபர் மறுத்துவிட்டார்.

இப்படத்தைத் தயாரித்த *Miramax Disney*இன் துணை நிறுவனம்) இப்படத்தைத் திரையிட மறுத்துவிட்டது. பின்னர் *Miramax* அதிகாரிகள் இருவர் தமது சொந்த நிறுவனத்தின் பெயரில் விநியோகித்தனர்.

Disney நிறுவனம் அமைந்துள்ள ஃப்ளோரிடா மாநில கவர்னர் புஷ்இன் சகோதரர். எனவே வரிச் சலுகைகளை எதிர்பார்க்க முடியாது என்பதே *Disney*இன் கவலை.

இவரது நூலையும் அமெரிக்க ஊடகங்கள் மதிப்பீடு செய்ய மறுத்துவிட்டன. ஆனாலும் பல இலட்சம் நூல்கள் விற்பனையாகிவிட்டன. இதனைப் பதிப்பித்த நிறுவனம், மீள்பதிப்பின்போது பல சட்டங்களைப் பிறப்பித்தது. நூலின் 50வீதமானது திருத்தி எழுதப்படவேண்டும், *stupid white men* என்ற தலைப்பு மாற்றப்பட வேண்டும். அத்துடன் ஏற்கனவே பதிப்பிக்கப்பட்ட பிரதிகளுக்காக 100000 அமெரிக்க டொலர்கள் வழங்கவேண்டும் போன்றன, இவரது பலத்திற்கான உதாரணங்கள்

ஒரு படைப்பாளியாக பல நெருக்கடிகளைச் சந்தித்த மூர் ஒரு போராளியும் கூட. தமக்குக் கிடைத்த சந்தர்ப்பங்களைச் சரியாகவே பயன்படுத்தியுள்ளார். சிறந்த விவரணப் படத்திற்கான ஒஸ்கார் விருதைப் பெற்றபொழுது “நாங்கள் பொய் சார்ந்த காலத்தில் வாழ்ந்து கொண்டிருக்கிறோம். பொய்யான தேர்தல் முடிவுகள், பொய்யாகத் தேர்வுசெய்யப்பட்ட அதிபர், பொய்யான காரணங்களுக்காக மனிதர்களைப் போருக்கு அனுப்புகின்றோம். *Shame on you Mr. Bush Shame on you*” எனக் கூறிவிட்டே மேடையை விட்டிறங்கினார்.

இதன்பின் நடைபெற்ற ஊடக மாநாட்டின்போது “நான் ஓர் அமெரிக்கன்” எனக் கூறியபொழுது “அவ்வளவு தானா?” என ஓர் பத்திரிகையாளர் கேட்டார். அதற்கு மூர் “அதுவே அதிகம்” எனப் பதிலளித்துவிட்டு “நான் எனது நாட்டை நேசிக்கிறேன். ஜனநாயகத்தை நேசிக்கிறேன்” எனக் கூறினார். இவரது இந்தப் போர்க் குணாம்சத்தை வேறு படைப்பாளிகளிடம் காண முடியாது. அவர் கூறும் ஜனநாயகம் என்ற வார்த்தை இவர் பிரயோகிக்கும் ஓர் அம்பு.

இவரது படங்களில் உலகமயமாதல், நிறவாதம் போன்றவை விமர்சிக்கப்படுகின்றன. துப்பாக்கிக் கலாச்சாரத்தில் வெள்ளையர்

களின் பங்கைத் தகுந்த ஆதாரங்களுடன் காட்டியுள்ளார். அதேபோல் ஃபரனைற் 911இல் சம்பவத்தின் அமெரிக்க அரசின் பங்கையும் வெளிப்படுத்தியுள்ளார்.

ஓர் தொழிலாளியின் மகனாகப் பிறந்து தொழிலாளர்கள் மத்தியதர வர்க்க மக்களின் பிரச்சினைகளை நகைச்சுவையுடன் அரசியல் பிரச்சாரமற்ற தன்மையுடன் வெளிப்படுத்தியுள்ளார்.

Roger & Me

இப்படத்தைப் பற்றிப் பார்ப்பதற்கு முன்பு பின்வரும் விடயங்களைப் பார்ப்பது நல்லது.

Roger Smith

அமெரிக்க மோட்டார் கார் நிறுவனமான *General Motors* என்ற மிகப் பெரிய நிறுவனத்தின் அதிபராக 1981-1990 வரை இவர் கடமையாற்றினார். இவர் ஆரம்ப காலங்களில் அமெரிக்க கடற்படையில் பணி புரிந்துள்ளார். இவரது காலத்தில் இவர் கொரிய, யப்பானிய நிறுவனங்களுடன் இணைந்து கார் உற்பத்தியில் ஈடுபட்டார். இவர் தொழிலாளிகளை வேலைநீக்கம் செய்து அதன் பேறாக அதிக லாபத்தைப் பெறும் நோக்குடன் செயற்பட்டார். கனடா, மெக்சிக்கோ போன்ற அயல் நாடுகளில் தொழிற்சாலைகளை லாபநோக்குடன் ஸ்தாபித்தார். இத் தொழிற்சாலைகள் காலப்போக்கில் இப்போது சீனாவிற்கு மாற்றலாகி விட்டன. மெக்சிக்கோவில் தொழிலாளர் சட்டங்கள் உறுதியற்றவையாக உள்ளன. சீனாவின் தொழிலாளர்களுக்கான ஊதியம் மிகமிகக் குறைவு.

Flint

இது அமெரிக்காவில் மிச்சிகன் மாநிலத்தில் உள்ள தொழிற்சாலைகள் அதிகம் நிறைந்த நகரம்.

General Motors நிறுவனம் 1908ஆம் ஆண்டு இந்த நகரத்தில்தான் ஆரம்பிக்கப்பட்டது. மைக்கல் மூர் இந்த நகரத்திலேயே பிறந்தவர். இவரது பெற்றோர்கள் *General Motors* தொழிற்சாலைகளில் பணிபுரிந்தார்கள். இவரது தாத்தாவும் GMஇல்தான் வேலை பார்த்தவர்.

Roger & Me

(Roger Smithஉம் மைக்கல் மூரும்)

1988இல் *Flint*இல் உள்ள நிவி தொழிற்சாலையை *Roger Smith* மூடினார். இதனால் சுமார் 33000 பேர் வேலை இழந்தனர். இதே ஆண்டு புதிய தொழிற்சாலைகள் கனடாவில் ரொறன்ரோவிற்கு அருகில் உள்ள ஒஷாவா நகரிலும் மெக்சிக்கோவிலும் ஆரம்பிக்கப்பட்டன. இவற்றிற்கு இந்நாடுகளின் பணவீக்கம், ஸ்திரமற்ற தொழிலாளர் சட்டங்கள், குறைந்த வேதனம் போன்றவற்றுடன் இவை அண்டை நாடுகள் என்பனவும் காரணமாயிருந்தன.

GM வேலைநீக்கத்துக்கான காரணமாக யப்பானிய, கொரிய, ஐரோப்பிய கார்களின் இறக்குமதி போன்ற பல காரணங்களை முன் வைத்தது. ஆனால் இதே ஆண்டு GM நிகர லாபமாக 4.87 பில்லியன் அமெரிக்க டொலர்களைப் பெற்றது.

Roger & Me இந்தத் துயரமான வேலை இழப்புச் சம்பவத்தை எள்ளலுடன் விவரணப் படமாக்கியுள்ளது. GM அதிபர் *Roger Smith* மைக்கல் மூரைச் சந்திக்க மறுத்துவிட்டார்.

இதே ஆண்டு பின்னர் தொடர்ச்சியாக ஏற்பட்ட வேலை நிறுத்தங்கள் GMஇன் உற்பத்தியைச் சில காலம் பாதித்தது. சுமார் 29 தொழிற்சாலைகளில் உற்பத்தி அறவே நின்று போய்விட்டது. பின்னர் *United Auto Workers* தொழிற் சங்கத்துடன் GM பேச்சுவார்த்தைகளில் ஈடுபட்டு வேலை நிறுத்தத்தை முடிவுக்குக் கொண்டு வந்தது.

இன்று இவ்வாறான வேலைநிறுத்தங்கள் உற்பத்தியைப் பாதிக்காத வண்ணம் தொழிற்சாலைகளில் பலவற்றை ஆசிய நாடுகளில் அமைந்துள்ளது.

Canadian Bacon (1995)

இவரது அரசியல் நகைச்சுவைப் படம். அமெரிக்க அதிபர் கனடிய அமெரிக்க எல்லை நகரான நயகரா நீர்வீழ்ச்சிப் பகுதியில் அமைந்துள்ள ஆயுதத் தொழிற்சாலையைப் பார்வையிட வருகின்றார். இந்தத் தொழிற்சாலை பல வருடங்களுக்கு முன்பு மூடப்பட்டது. இவரது வருகையின்போது இவரது ஆலோசகர்கள்

பலர் போர் ஒன்றின் தேவையை வலியுறுத்துகின்றனர். எந்த நாட்டுடன்? இதுவே கேள்வி. சோவியத் ஏற்கனவே தெளிவாகக் கூறிவிட்டது. நாங்கள் உங்களிடம் தோல்வியடைந்து விட்டோம். இப்போது எங்கள் உள்நாட்டுப் பிரச்சினைகளைத் தீர்ப்பதே எமது தேவை. எந்த நாடு என்ற கேள்விக்கு ஏற்கனவே கனடாவிற்கு அணுஆயுத உற்பத்தி இரகசியங்களை விற்பனை செய்த தொழில்நுட்பவியலாளர் உட்பட பலர் கனடாவைப் பரிந்துரைக்கின்றனர்.

சிலகாலம் போரின்றி காலம் கழித்த அதிபர் கனடாவுடன் போர் தொடுக்கின்றார். கனடாவில் NDP (தேசிய ஜனநாயகக் கட்சி) என்ற இடதுசாரிக் கட்சி உண்டு என்பது போன்ற உப்புச் சப்பற்ற காரணங்களுடன் கனடாவைப் பயங்கரவாதமான நாடு என்று காட்டுவதற்காக அனைத்துக் காரணங்களையும் தொடர்பு சாதனங்கள் முன்வைக்கின்றன.

இப்படத்தில் மறைந்த *Alan Alda* அமெரிக்க அதிபராக சிறப்பாக நடித்திருந்தார். இவருடன் *John Cardy, Rhea Perleman* போன்றோரும் சிறப்புற நடித்திருந்தனர்.

இப்படம் அமெரிக்க அரசியலின் அவலங்களையும் புலனாய்வு நிறுவனங்களையும் வெகுசன தொடர்புச் சாதனங்களின் செய்தி திரிபுகளையும் நகைச்சுவையுடன் கேலி செய்கின்றது. மறுபுறம் கனடிய புலனாய்வு நிறுவனங்களையும் விட்டு வைக்கவில்லை.

Bowling of Columbine

Columbine உயர்பாடசாலையில் *Bowling* மாணவர்கள் விரும்பினால் இந்த விளையாட்டை ஓர் பாடமாகப் படிக்கலாம் வகுப்பின்போது நடைபெற்ற துப்பாக்கிச் சூட்டுச் சம்பவத்துடன் ஆரம்பமாகி அமெரிக்க வன்முறைக் கலாச்சாரத்தை அதன் கூறுகளை ஆராய்கின்றது இந்த விவரணத் திரைப்படம். இதற்கு கனடியர்கள் பண உதவி செய்து தயாரித்துள்ளனர். இப்படம் 55ஆவது கான் திரைப்பட விழாவில் சிறந்த விவரணத் திரைப்பட விருது பெற்றது. ரொறன்ரோ திரைப்பட விழாவில் மிகச் சிறந்த படத்திற்கான விருதைப் பெற்றது.

ஃபரனைற் 911இல் மூர் முன் வைக்கும் ஆதாரங்கள்

1. ஃப்ளோரிடா மாநிலத்தில் புஷ் இன் வெற்றியை *FOX* தொலைக்காட்சி நிறுவனம்தான் கூறியது. அதற்கு முன்பாக வேறு பல நிறுவனங்கள் அல்கோர் வெற்றி பெற்றதாகவே அறிவித்தன.

2. *FOX*இல் தேர்தல் முடிவுகளை அறிவிக்கும் அதிகாரியாக இருந்தவர் புஷ்ஷின் ஒன்றுவிட்ட சகோதரர்.

3. 40வீதமான நாட்களை புஷ் விடுமுறைகளில் கழிக்கின்றார்.

4. முதலாவது விமானம் உலக வர்த்தக மையத்தை தாக்கிவிட்டது என்ற செய்தி தெரிந்த பின்னர் புஷ் பள்ளி மாணவர்களுடன் நின்று படம் எடுத்துக் கொண்டிருந்தார்.

5. மு.ப. 9.05க்கு இரண்டாவது விமானமும் தாக்கிவிட்டது என்று தெரிந்த பின்னரும் புஷ் பள்ளி மாணவர்களுக்கு *My Pet Goat* என்ற பாடத்தை வாசித்துக் கொண்டிருந்தார்.

6. 06.08.2001இல் – அதாவது தாக்குதல் நடைபெறுவதற்கு சில நாட்களுக்கு முன்பாகவே – இதனை புஷ் அறிந்திருந்தார்.

7. 06.08.2001இல் புஷ் மீன் பிடிப்பதற்காகச் சென்றிருந்தார்.

8. பின் லாடனுக்கு ஆயுதங்களை வழங்கியவர் இவரது தந்தையே.

9. புஷ் ஃப்ளோரிடா மாநிலத்தின் கவர்னராக இருந்த பொழுது பின்லாடன் அங்கு விஜயம் செய்தார். அவருக்கு அந்த மாநிலத்தைச் சுற்றிக் காண்பித்தது புஷ்ஷின் ஃப்ளோரிடா அரசே.

10. 11 செப்டெம்பர் 2001 நிகழ்வின்பின் அனைத்து விமான சேவைகளும் ரத்துச் செய்யப்பட்ட பின்னர் விஷேட விமானத்தின் மூலம் பின்லாடன் குடும்பம் சவுதிக்குச் சென்றனர்.

11. 13.09.2001இல் சுமார் 12 விமானங்களில் 142 சவுதிப் பிரஜைகள் சவுதி சென்றனர். இவர்களில் 24 பேர் பின்லாடனின் குடும்பத்தைச் சேர்ந்தவர்கள்.

12. 2001ஆம் ஆண்டில் பின்லாடனின் மகனின் திருமணத்துக்கு புஷ்ஷின் குடும்ப உறவினர்களும் சென்றனர்.

13. 2000 ஆண்டிலும் 2004இலும் வெளியிடப்பட்ட அறிக்கைகளில் பெயர்கள் மாற்றப்பட்டுள்ளன. (படத்தில் மூலமும் பிரதியும் காட்டப்பட்டன) மூலத்தில் ஜோர்ஜ் டபிள்யு புஷ் விமானப்படையில் இருந்து நீக்கப்பட்டது பிரசுரிக்கப்பட்டிருந்தது.

14. *James R. Bath - Texas Money Manager*. இவரும் புஷ்ஷும் நெருங்கிய நண்பர்கள். அத்துடன் இவர் பின்லாடனின் வர்த்தக ஆலோசகர்.

15. பாத்தும் புஷ்உம் பின்லாடன் குழுவினருக்கு விமானங் களை விற்றுள்ளனர்.

16. ரெக்ஸாஸ் எண்ணெய் நிறுவனமான *ARBUTO* புஷ்இன் சொந்த நிறுவனம்.

17. The Carlyle Group போன்ற எண்ணெய் நிறுவனங்களில் புஷ் அதிகாரப் பொறுப்பில் இருக்கிறார். இந்த நிறுவனத்திற்கும் பின்லாடனுக்கும் நெருக்கமான தொடர்புகள் இருந்தன.

18. செப்டெம்பர் 11ஆம் திகதி காலை *The Carlyle Group* நிறுவனத்தின் பங்குதாரர்களின் கூட்டத்தில் பின்லாடனின் சகோதரர் ஷாஃபிக் பின்லாடன் கலந்து கொண்டார். ஜேம்ஸ் பேக்கரும் இவரும் செப்டெம்பர் 11 சம்பவத்தை ஒன்றாக இருந்து பார்த்தனர்.

*19. The Carlyle Group*க்கும் பின்லாடனுக்கும் நெருக்கமான உறவுகள் உள்ளன. இந்நிறுவனம் ஆயுத விற்பனையையும் மேற்கொண்டுள்ளது.

20. சவுதி அரேபியா சுமார் *860* பில்லியன் அமெரிக்க டொலர்களை முதலீடு செய்துள்ளது. இது மொத்த முதலீட்டில் *7* – வீதம் ஆகும்.

21. City Group, AOL, Time Warner சவுதியின் அதிக முதலீடுகளைப் பெற்றுள்ளன.

இவை படத்தில் வைக்கப்பட்டுள்ள ஆதாரங்களில் சில. இவரது ஆதாரங்களை நிரூபிக்கும் வண்ணம் கனடிய *Vision TV, CBC* போன்றனவும் பல ஆதாரங்களை வெளிப்படுத்தின.

II

முதலாளித்துவம் என்பது பெரும் கடல். இதில் எல்லாவற்றையும் ஒரு படத்தில் கூறுவது என்பது எளிதல்ல. இப்படம் யாரைச் சென்றடையவேண்டுமோ, அவர்களுக்கான கருத்தியலைக் கூறுவதே அவசியம். சாதாரண அமெரிக்கனும், உலக அமெரிக்க விரும்பிகளும், அமெரிக்காவைச் சொர்க்க புரியாகப் பார்க்கின்றனர். ஜெயகாந்தன் போன்ற அறிவிலிகளும் இதற்கு விதிவிலக்கல்ல. அமெரிக்க இயந்திரத்தை சுற்றி இயங்கும் கோட்பாடுகளைப் பற்றி முதலில் இவர்கள் விளங்கிக்கொள்ள வேண்டும். இப்படத்தைப் பற்றி தனது இணையத்தளத்தில் மைக்கல் மூர் எழுதிய சிறு குறிப்பின் மொழிபெயர்ப்பு இது.

நண்பர்களே,

கிறிஸ்தவர்கள் என்று கூறிக் கொள்பவர்களுடன் (மற்றைய மதத்தவர்களும் இதனை வாசிக்கலாம் அவர்களுக்கும்

இது பொருந்தும்) ஒரு வார்த்தை. எனது புதிய படத்தில் எனது மதநம்பிக்கைகள் பற்றிக் கூறியுள்ளேன். மத நம்பிக்கை என்பது அவர்களது சொந்த நம்பிக்கை. இதனை அவர்களுடன் வைத்திருக்க வேண்டும். கடந்த மூன்று தசாப்தங்களாக மற்றவர்கள் எப்படி இருக்க வேண்டும் எனக் கூறுகின்றோம். நாங்கள் ஒரு வன்செயல் நாட்டில் இருந்து மற்றைய நாடுகளை எங்களது சொந்த நலன்களுக்காக சுரண்டிக் கொண்டிருக்கின்றோம்.

முதலாளித்துவம் ஓர் பாவமா? யேசு ஓர் முதலாளியா? "யேசு" ஓர் அதிக லாபமீட்டித் தரும் முதலீடா? யேசு கையிருப்பின்றி உடனடியாக வழங்கமுடியாததை விற்பனை செய்தாரா? ஒரு வீதமானோர் பெருமளவு செல்வத்தை அனுபவிப்பதையும், ஏனையவர்கள் அவர்களுக்கு கீழ் இருக்கும் சமூக அமைப்பை யேசு அனுமதித்தாரா?

முதலாளித்துவம் மதங்கள் கூறியதற்கு எதிரானது. அனைத்து மதங்களும் ஒரு விடயத்தில் தெளிவாக உள்ளன. "ஒரு அப்பத்தில் பெருமளவு தீயவர்களுக்குரியது. மிஞ்சிய ஒரு துண்டிற்காக மற்றவர்கள் போட்டியிட வேண்டும்" என்பதே அது. யேசு கூறிச் சென்றார் "பணக்காரர்கள் சொர்க்கத்தை அடைய நிறைய கஸ்ரப்படவேண்டும். இல்லாதவர்கள் உதவி செய்யாவிடின் சொர்க்கத்தின் கதவையடைவது கடினம். இது ஓர் துக்கமான செய்தி அமெரிக்கர்களுக்கு. "ஆசிர்வதிக்கப்பட்டவர்கள் ஏழைகள்" என்பதே அது. ஓவ்வொரு 7.5 செக்கனும் ஒரு அமெரிக்கருக்கு எதிராக கடன் கட்டாமைக்கு எதிராக சட்ட நடவடிக்கை எடுக்கப் படுகின்றது. ஓவ்வொரு நாளும் 14,000 பேர் வேலை இழக்கின்றனர்.

மதில் வழி (Wall Street) வங்கியாளர்கள் "ஆசிர்வதிக்கப்பட்ட செல்வந்தர்கள்" மிக, மிக குறைந்த வரியையே கட்டி யுள்ளார்கள். கோல்ட்மன் நிறுவனம் ஒரு வீத வட்டியையே கட்டியுள்ளார்கள். இதனை யேசு அனுமதித்தாரா? இல்லையெனில் இந்தக் கொடுமையான திட்டத்தை நாம் அனுமதித்தது எப்படி?

நீங்கள் உங்களை முதாலாளி என்றும் கிறிஸ்தவர் என்றும் கூறலாமா? செல்வத்தின்மீது காதல் கொண்டு, உங்கள் பக்கத்து வீட்டுக்காரர் வைத்தியரைப் பார்க்க முடியாமல் இருக்கும்பொழுது உதவி செய்யாமல் இருக்கலாமா? உங்களது வாழ்வு செழிப்பாக இருக்கலாமா? இது ஒரு

நெறி கெட்ட வாழ்வு. மற்றவர்களின் கரத்தில் உங்களது வாழ்வு என்பது ஓர் பாவப்பட்ட செயல்.

காலையில் கோயிலுக்குச் செல்லும்பொழுது இதனைப்பற்றிச் சிந்தியுங்கள். நீங்கள் அமெரிக்காவில் சுரண்டப்படும் லட்சம், லட்சம் அமெரிக்கர்களில் ஒருவர் எனின் அனைவருக்கும் சுபீட்சம் கிடைக்கும்வரை போராடுவோம்.

ஒரு பாணை 5000 பேருக்குச் சமமாக பங்கிடுவது எப்படி? சரியாகப் பங்கிடின் அவர் ஓர் இடதுசாரியாவார். இல்லையெனில் யேசுவின் போதனையைப் பின்பற்றிய பிழையான சீடராவார்.

எனது பேச்சைக் கேட்டமைக்கு நன்றி.

மைக்கல் மூர்.

முதலாளித்துவம் ஒவ்வொரு அமெரிக்கரையும்; நேரடியாகவே பாதிக்கின்றது. உலகத்தின் எசமான் என்ற வரையில் உலக மக்களையும் பாதிக்கின்றது. இவர் இப்படத்தில் குறிப்பிட்ட பல விடயங்களை அமெரிக்க ஊடகங்கள் மறுத்துள்ளன. இவரைப் பற்றிய உண்மைக்குப் புறம்பாக பல பிரச்சாரங்களைப் பதிவு செய்துள்ளன. இதனால் இந்த ஊடகங்களே இவர்மேல் மக்களின் கவனத்தைத் திருப்பியுள்ளன. உலகிலேயே மிகவும் அதிக கவனத்தைப் பெற்ற விவரணத் திரைப்படப் படைப்பாளி இவர் என்பதை மறுக்கமுடியாது.

911 படத்தின் ஆரம்பத்தில் ரோம சாம்ராச்சியத்தில் முதலாளித்துவத்தின் தோற்றத்துடன் ஆரம்பமாகின்றது. முதலாளித்துவத்தின் தோற்றத்தை இங்கிருந்து ஆரம்பிக்கலாமா? அதற்கு முன்பே தோன்றிவிட்டது என்பதற்குச் சான்றுகள் இருந்தாலும், இங்கு ரோம சாம்ராச்சியம் ஓர் அடையாளமாகவே காட்டப்படுகின்றது.

இவரது வழமையான விவரணப்படங்களைப் போல் அல்லாமல் இப்படம் பரந்து விரிகின்றது. எங்கும் கொள்ளை, லாபம், சுயநலம் இதுவே முதலாளித்துவம் என விரிகின்றது. இப்படத்தில் இரண்டு விடயங்களைச் செய்துள்ளார். முதலாவது உண்மை உதாரணங்களைக் காட்டியுள்ளார். 41 வருடங்களாக வாழ்ந்த வீட்டைவிட்டு வெளியேற்றப்படும் தொழிலாளி, தனது வீட்டை வங்கி பெற்றுக்கொள்ள, அதனை வங்கிக்காகத் துப்பரவு செய்து கொடுத்து அதற்கான கூலியையும் பெறும் குடும்பம், கதவுத் தொழிற்சாலையின் திடீர் கதவடைப்பையடுத்து வேலை இழக்கும் தொழிலாளிகள், போராடி ஆறாயிரம் டொலர்கள்

பெறும் சம்பவம் போன்ற உண்மைச் சம்பவங்களைக் காட்டியுள்ளார்.

இரண்டாவதாக டிற்றொயிட்டில் உள்ள ஜெனரல் மோட்டோர்ஸ் நிறுவனத்தின் தலைமைக் காரியாலயத்தினுள் செல்ல முயற்சிப்பது, வங்கிகளின் வங்குரோத்து நிலைக்காக வங்கிகளுக்குக் கொடுக்கப்பட்ட மக்கள் வரிப்பணத்தை மீளப் பெறும் முயற்சியாக சிற்றி வங்கிமுன் "காசைக் கொடு" எனக் கேட்பது போன்ற போராட்டங்களிலும் ஈடுபட்டுள்ளார். இவை இவரை மற்றைய படைப்பாளிகளில் இருந்து வித்தியாசப்படுத்துகின்றது. அமெரிக்க உழைக்கும் மக்களின் குரலாக இவை இவரை வெளிப்படுத்துகின்றன. இவர் படத்தில் குறிப்பிட்ட பல விடயங்கள் மக்களுக்கு முதலாளித்துவத்தின் காவலர்கள் மேலும், அரசின்மீதும் நம்பிக்கையீனத்தைத் தோற்றுவித்துள்ளன. அவ்வகையில் இவரது படம் தனது இலக்கை அடைந்துள்ளது.

இப்படத்தில் மூர் வெளிப்படுத்தும் முதலாளித்துவக் கொடுமைகள் பின்வருமாறு:

இந்தத் தரவுகள் மூலம் மக்கள் உழைக்கும் பணம் முதலாளிகளைச் சென்றடைகின்றன. மக்களின் துயரத்திலும் இவர்கள் லாபத்தைச் சம்பாதிக்கின்றனர் எனக் கூறுகின்றார். (படத்திற்கு அப்பால் ஒரு உதாரணம் குவைத்தை ஈராக்கிடமிருந்து மீளப் பெற்ற சண்டையின்போது பல எண்ணெய்க் குழாய்கள் எரிக்கப்பட்டன. இதனைச் செய்த அமெரிக்காவே பின்னர் இதனைத் திருத்தியது. இதற்காகப் பல லட்சம் டாலர்களைப் பெற்றுக்கொண்டது.)

• விமான ஓட்டியாகப் படிக்க செலவு சுமார் ஒரு லட்சம் டொலர்கள். கடன் பெற்றுப் படித்தால், பெறும் சம்பளம் வெறும் சொற்பமே (இது ஏனைய நாடுகளில் வித்தியாசம்) கடனை அடைப்பது எப்படி? அத்துடன் இவர்கள் உணவு முத்திரையிலும் தங்கியிருக்க வேண்டியுள்ளது. அமெரிக்காவில் உணவு முத்திரையா? ஆச்சரியமல்ல! உண்மை. சுமார் 9 வீதமான அமெரிக்க மக்கள் இந்த உணவு முத்திரையில் தங்கியுள்ளனர். 1939இல் ஆரம்பிக்கப்பட்ட இந்தத் திட்டம் அவ்வப்போது பல மாற்றங்களைப் பெற்றுள்ளது. சராசரியாக 24 டொலர்கள் கொண்ட உணவு முத்திரைகள் வழங்கப்படும். இதனைப் பல சரக்குக் கடைகளில் மாற்றிக் கொள்ளலாம். எம்.ஜி.ஆர் காலத்து சத்துணவுத் திட்டம் போன்றது இது. இதனை நிர்வகிப்பது அரச விவசாயக் கூட்டுத்தாபனமாகும். சிக்காகோ பகுதியில் மாத முதல்நாளன்று இரவிரவாக மக்கள் வரிசையில் பல

சரக்குக் கடைகளின்முன் நிற்பதைக் காணலாம். மாதம் முடிய பல நாட்களுக்கு முன்னரே உணவுப் பொருட்கள் முடிந்து விடுவதால் இந்த நிலை.

• அடுத்து மூர் பென்சல்வேனியா மாநிலத்துக் குழந்தைகள் பராமரிப்பு நிலையத்தில் நடைபெற்ற சட்ட விரோதச் செயல்களை வெளிப்படுத்துகின்றார். சாதாரணமாக நடைபெறும் நிகழ்வுகளுக்கும் 2 – 6 மாதம் வரை சிறுவர் பராமரிப்பு நிலையங்களுக்கு அனுப்பப்படுகின்றனர். அவர்களது தண்டனைக் காலம் முடிந்த பின்னரும், விடுதலை செய்யாமல் இழுத்தடித்து 12 – 15 மாதங்களின் பின்னர் விடுதலை செய்கின்றனர். தனியார் அரசுக்காக நடாத்தும் நிலையமாதலால் அரசு பராமரிப்புக் காலத்திற்குப் பணம் வழங்குகின்றது.

• ஒருவர் தான் வேலை பார்க்கும் காலத்தில் இறந்தால், இறந்தவர் காப்புறுதி செய்திருந்தால் அவரது துணைவருக்குக் காப்புறுதிப் பணம் கிடைக்கும். இந்நிலை பல தனியார் நிறுவனங்களில் வேறுபடுகின்றது. நிறுவனத்தில் வேலை பார்க்கும் காலங்களில் அவர் இறந்தால், அவர் வேலை பார்த்த நிறுவனம் பல லட்சத்தைக் காப்புறுதிப் பணமாகப் பெறுகின்றது. அவரது குடும்பம் அவரது மரணத்தில் நிலைகுலைந்திருக்கும் பொழுது, அவர் வேலை பார்த்த நிறுவனம் அவரது மரணத்தைக் கொண்டாடுகின்றது. இது பலரது குடும்பங்களுக்குத் தெரியாது. இந்தச் சாதனையைச் செய்த நிறுவனங்கள் *Walt Disney, Nestle, Portland General Electric, WallMart* போன்றவை.

• பல நிறுவனங்கள் குறிப்பாக ஜெனரல் மோட்டர் நிறுவனம் சுமார் 40,000 பேரை வேலை நீக்கம் செய்ய முன்னர் அவர்கள் பெற்ற லாபம் 4.86 பில்லியன் அமெரிக்க டாலர்கள். பொதுவாக மேற்கத்திய நாடுகளில் நிறுவன தலைமை அதிகாரிகள் தங்களது பிழைகளைத் தவிர்க்க லாபத்தை அதிகரிக்கும் ஓர் ஊடகமாக வேலைநீக்கத்தைக் கையாள்கின்றனர்.

• வரிவிகித மாற்றங்கள் அதிக வருமானம் பெறுபவர்களுக்குச் சாதகமாக உள்ளது.

• வீட்டுக் கடன் மோசடிகள். பல தடவைகளில் கடன் பெற்றவரறியாமல் வீட்டுக் கடன்கள் வேறு கடன் வழங்கும் நிறுவனத்திற்கும் மாற்றப்பட்டிருக்கும். நீங்கள் 20 வருடங்களாக வீட்டுக் கடனை கட்டியிருந்தாலும், திடீரென ஏற்படும் பணச்சிக்கலால் நீங்கள் வீட்டை இழக்க வேண்டியிருக்கும். இதில் ஏற்பட்ட மோசடியைத் தரவுடன் உறுதிப்படுத்தியுள்ளார் மூர்.

* பல வங்கிகள் வீட்டுக் கடன் கட்டி முடிக்க வேண்டிய காலத்தை 40 வருடங்கள் வரை அதிகரித்துள்ளன. 20 வயதில் வீடு வாங்கும் ஒருவர் அதனைக் கட்டி முடிக்க 60 வயதாகிவிடும். வீட்டுக் கடன் 2 லட்சம் டொலர்களாயின் கட்டி முடிக்கும் பொழுது மொத்தமாகக் கட்டிய தொகை 8 லட்சமாக இருக்கும். கடனைக் கட்ட முடியாது போகும்பொழுது, உங்களது வீட்டை வங்கி எடுத்துவிடும்.

* அமெரிக்க அரசின் நிதியையும், பொருளாதாரக் கொள்கைகளையும் தீர்மானிக்கும் தலைமை அரசு அதிகாரிகள், முன்னால் பெரிய நிறுவன தலைமை முகவர்கள். Robert Rubin முன்னால் City Group மற்றும் Goldman Sachs நிறுவன தலைமை அதிகாரி. Henry Hank Paulson ‹ Goldman Sachs நிறுவன தலைமை அதிகாரி.

* இதே நிறுவனங்கள் (Citi Group, Goldman, Morgan Stanley) பல லட்சங்களைப் போனஸாகத் தலைமை அதிகாரிகளுக்கு வழங்கினர். பின்னர் வங்குரோத்து நிலையில் இருந்து தப்புவதற்கு எனக் கூறி மக்கள் வழங்கிய வரிப்பணத்தைப் பல லட்சங்கள் பெற்றனர். இதனைப் பல்வேறு நிறுவனங்களும் செய்தன. அமெரிக்க அரசும் இந்த நிறுவனங்களுக்கு நிதியை வழங்கியுள்ளன.

* அபிப்பிராய வாக்கெடுப்பின்படி 37 வீதமானோர் மட்டுமே முதலாளித்துவத்தை விரும்புகின்றனர். 33 வீதமானோர் சோசலிசத்தை விரும்புகின்றனர்.

* ரூஸ்வெல்ட் ஒரு சோசலிச அமெரிக்காவை விரும்பினார். 1937ஆம் ஆண்டு மிச்சிக்கன் மாநிலத்தில் ஏற்பட்ட வேலை நிறுத்தத்தில் போலிசுக்கும் தொழிலாளிகளுக்குமிடையில் கலவரம் ஏற்பட்டது. அப்போதைய கவர்னர் மேபி, ரூஸ்வெல்டடின் அனுசரணையுடன் தேசிய இராணுவத்தைத் தொழிலாளர்களுக்கு ஆதரவாக அனுப்பினார்.

* இன்றைய அமெரிக்க நிலைக்கு மூலகாரணம் B கிரேட் படங்களில் நடித்த ரொனால்ட் ரீகனே. புஷ் வரை இது தொடர்ந்தது.

ஓபாமாவை ஓர் அமெரிக்க தீர்க்கதரிசியாக மூர் காட்டுகின்றார். சற்றுக் குழப்பமாக ஓபமாவின் தேர்தலுக்கு மிகப்பெரிய நிறுவனங்கள் பணத்தை வழங்கின எனக் கூறுகின்றார். ஓபமாவின் தேர்தல் வெற்றியைக் கறுப்பின மக்கள் கொண்டாடுவதாகக் காட்டுகின்றார். வெள்ளை இன மக்களின் வாக்குகள் இல்லாவிடில் ஓபாமா வெற்றி பெற்றிருக்க முடியாது.

எதிர் சினிமா

அமெரிக்காவின் சில பகுதிகள் மூன்றாம் உலக நாடுகளை விட மோசமாக உள்ளன எனக் கூறும் மூர் அமெரிக்க முதலாளித்துவத்தை நகர்த்துவோர்மீது குற்றம் காண்கின்றார். அமெரிக்க அடிப்படைக் கொள்கைகள் தவறு எனக் காணத் தயங்குகின்றார்.

ரொரண்ரோ ஸ்ரார் பத்திரிகைக்கு இவரது படம் ரொரண்ரோ சர்வதேசத் திரைப்படவிழாவில் திரையிடப்பட்ட காலத்தில் அளித்த பேட்டி ஒக்ரோபர் 2ஆம் நாள் இதழில் வெளியாகியுள்ளது. அதில் கேட்கப்பட்ட கேள்வியும், இவர் அளித்த பதிலும் முக்கியமானது.

Q. If you're against capitalism, what would you replace it with?

A. There's no system that I would replace it with. I guess what I would do is take the best old capitalism, which rewarded one's ideas; inventiveness and hard work . . . I want that person to do well. And if that's an incentive, all the better-for all of us.

Then take those things from socialism that got mucked up by Moscow and Bejing. Take those things of socialism that are actually based in democracy, where the people are treated equally and fairly, and try to behave in the moral code we say we have.

முதலாளித்துவத்துக்கான மாற்று என்பதற்கு இவரால் சரியான பதிலைக் கூற முடியவில்லை. ஒரு விவரணத் திரைப் படப் படைப்பாளியின் நோக்கம் சமூக நலனாக இருந்தாலும் படைப்பாளியின் தெளிவின்மை, படத்தை நுகரும் நுகர்வோருக்கு தெளிவான சிந்தனைத் தெளிவை ஏற்படுத்தாது. இவரது தொலைக்காட்சித் தொடரான Awful Truth என்ற தொடரைப் போன்றே இப்படமும் அமைந்துள்ளது.

மைக்கல் மூர் உலகின் அதிக வருமானம் பெறும் விவரணத் திரைப்பட இயக்குனர். சுமார் 172 மில்லியன் டொலர்கள் இவரது படங்கள் பெற்றுக் கொடுத்துள்ளன. இவர் பயணம் செய்யும் நாடுகளில் ஐந்து நட்சத்திர விடுதிகளில் தங்குகின்றார். மூர் வானொலி ஒன்றிற்கு அளித்த பேட்டியில் "நான் பணத்தைக் குறை சொல்லவில்லை. வியாபாரம் செய்வோரைக் குறை கூறவில்லை. சுரண்டுதலையே எதிர்க்கின்றேன்" எனத் தெரிவித்துள்ளார். ஒலிவர் ஸ்ரோன் என்ற மற்றொரு அமெரிக்க அரசியல் இயக்குனர் "அமெரிக்க மக்கள் வீட்டில் யன்னல்கள் உள்ளன. அவை மூடப்பட்டுள்ளன. வெளியே பார்க்கலாம் பேச முடியாது" என அமெரிக்க மக்கள் சிறையில் உள்ளனர் எனக் கூறினார். மூர், ஒலிவரளவிற்குத் தீவிரமாக ஆராயவில்லை.

இவரது படங்களில் வறுமைக்கோட்டின்கீழ் வாழ்பவர்களைப் பற்றியும் குறிப்பிட்டிருந்தாலும், மத்திய தர வர்ககத்தினரின் பிரச்சினைகளிலேயே அதிகக் கவனம் செலுத்தியுள்ளார். அமெரிக்காவின் முக்கிய நகரங்களில் வீடற்று, உணவு முத்திரையின்றி மிகவும் மோசமான நிலையில் உள்ளவர்களை இவர் பதிவாக்கவில்லை. இவர்களில் பெரும்பாலோனோர் கறுப்பின மக்கள் என்பதே உண்மை.

ஜோர்ஜ் புஷுக்கு எதிரான தேர்தலில் கெரியை ஆதரித்தார். பின்னர் கடந்த தேர்தலில் ஒபாமாவை ஆதரித்தார். இவர்களிருவரும் அமெரிக்கத் திட்டத்தின்கீழ் இயங்குவர்கள், இல்லையேல் இயங்கிகள். இவர்கள் மேல்வர்க்கப் பிரதிநிதிகளே.

முதலாளித்துவம் தவறானவர்களின் கைகளில் உள்ளது என மூர் கூறுகின்றார். இப்படம் அமெரிக்காவில் நடைபெறும் ஊழல்களை, மக்களுக்கு எதிரான அநீதிகளைக் கூறியிருந்தாலும், இதற்கான ஆணிவேரைத் தேடவில்லை.

16ஆம் நூற்றாண்டில் முதல் நிறுவனம் ஆரம்பிக்கப்பட்டது. 1721இல் இங்கிலாந்து நிறுவனமான தெற்கு கடல் நிறுவனத்தில் பல மோசடிகள் நடந்ததாகப் பதிவாகியுள்ளது. நிறுவன மோசடிகள் தொடர்ச்சியாக நடைபெற்று வருகின்றன. மூர் இதற்கான காரணத்தைத் தேடவில்லை. அமெரிக்க ஜனநாயகத்தில் கட்சிகளுக்குப் பெரும் நிறுவனங்கள் நிதி உதவி செய்ய சட்டத்தில் இடமுண்டு. இதனால்தான் கட்சிகள் இந்த நிறுவனங்களைச் சார்ந்து உள்ளன. அந்த அமெரிக்க ஜனநாயகத்தை இவர் விமர்சிக்கவில்லை.

அமெரிக்காவில் ஒவ்வொரு நிறுவனமும், ஒவ்வொரு அரசு. இவைதான் அமெரிக்க அரசைத் தீர்மானிக்கின்றன.

III

மைக்கல் மூரின் கருத்தியல் பயங்கரவாதம்

மைக்கல் மூர் பிளேபோய் பத்திரிகைக்கு அளித்த பேட்டியில் (ஆடி 2004) தெரிவித்த கருத்துக்கள் சில . . .

"அமெரிக்காவில் பயங்கரவாதம் இல்லை என்று கூறவில்லை. ஆனால், அதன்பின் நடைபெறுபவையை ஏற்றுக்கொள்ள முடியவில்லை. 87 வயது பெண்மணியின் சப்பாத்தைக் கழற்றச் சொல்லி சோதனை செய்கிறார்கள்

எங்களது மக்களையே, நாங்கள் உளவு பார்க்கின்றோம். அமெரிக்காவை, முன்னரைவிட இப்பொழுது அதிக உலக மக்கள் வெறுக்கிறார்கள்"

"அமெரிக்காவின் அதிபர்கள் பொய் கூறுகின்றார்கள். கிளின்டன் – அந்தப் பெண்ணுடன் உறவு கொள்ளவில்லை என்றார். புஷ் – ஈராக்கில் அணு ஆயுதம் உண்டு என்றார்."

"பயங்கரவாதத்தை நிறுத்த பின்லாடனைக் கொல்ல இஸ்ரேலை அழையுங்கள். அவர்கள் கமாஸ் தலைவரை Sheik Ahmed Yassin கொன்றார்கள். FBIஇன் கருத்துப்படி மொத்தம் 190 அல் கையிடா உறுப்பினர்களே உள்ளார்கள். இதனைச் செய்ய இஸ்ரேலே தகுதியானது."

அதேசமயம் 911இன் பின்னணியில் இஸ்ரேலின் பங்கு பற்றியும் முன்னர் குறிப்பிட்டுள்ளார்.

இஸ்ரேலின் பயங்கரவாதத்தை ஆதரிக்கும் மூர், லத்தீன் அமெரிக்க சர்வாதிகாரரைக் கொல்லும்பொழுது பாதிரிமாரையும், கிறிஸ்தவ சகோதரிகளையும் கொல்ல வேண்டாம் எனக் கேட்டுக்கொண்டார். ஏன் மக்களைக் கொல்ல வேண்டாம் எனக் கேட்கவில்லை?

இவரது நூல்களில் ஒன்றான *Dude, Where's my Country* என்ற புத்தகத்தில் கியுபாக்கு எதிரான ஆக்கிரமிப்பையும் ஆதரித்துக் கருத்து வெளியிட்டுள்ளார்.

பாலஸ்தீனிய மக்கள் உரிமைகளை நிராகரித்து, பாலஸ்தீனமும் இஸ்ரேலும் அமெரிக்காவை நரகத்துக்கு அனுப்பிவிட்டன எனத் தனது நூலில் குறிப்பிடுகிறார்.

உலகமயமாதல்

இன்று இரண்டு பொருளாதார ஆக்கிரமிப்புக்கள் நடைபெறுகின்றன.

1. அமெரிக்கமயமாதல்

2. உலகமயமாதல்

அமெரிக்க மக்களின் தொழில் வாய்ப்புக்கள் மூன்றாம் உலக நாடுகளை நோக்கிச் செல்கின்றன என்ற கவலையை மைக்கல் மூர் தனது இரு நூல்களிலும் வெளிப்படுத்தியுள்ளார். உலகமயமாதல், அமெரிக்கமயமாதல் ஆகியவற்றால் மூன்றாம் உலக நாடுகள் பாதிக்கப்பட்டுள்ளன என்ற கவலையை இவர் இதுவரை வெளிப்படுத்தவில்லை.

இவர் அமெரிக்கமயமாதலை விரும்புகின்றார்.

கனடாவியல்

கனடா, ஈராக்குக்குத் தனது படைகளை அனுப்பவில்லை. அப்போதைய பிரதமர் ஈராக்கில் அணுவாயுதம் இருப்பது நிரூபிக்கப்படவில்லை, எனவே படையை அனுப்பமாட்டோம் எனக்கூறினார். இவர் கியுபெக் என்ற பிரென்ச் மாநிலத்தைச் சேர்ந்தவர். இதே பிரதமரின் காலத்தில்தான் ஆப்கானிஸ்தானுக்குப் படைகள் அனுப்பப்பட்டன. மைக்கலுக்குக் கனடாமேல் ஓர் காதல். இவர் பிறந்த மிச்சிக்கன் மாநிலத்துக்கு அருகில்தான் கனடாவின் ஒன்ராரியோ உள்ளது. இவர் பல தடவை கனடா பற்றித் தனது சந்தோஷத்தை வெளிப்படுத்தியுள்ளார். கனடாவும் ஓர் முதலாளித்துவ நாடு. அதுவும் நிறத் துவேஷம் கொண்ட பழைமைவாதக் கட்சி ஆட்சி நடத்துகிறது. கனடா பற்றி இவர் பல தவறான கணீப்பீடுகளைக் கொண்டுள்ளார். அணுகுண்டு வீச்சில் இருந்து பல அமெரிக்க அத்து மீறல்களுக்குக் கனடா அமெரிக்காவிற்கு ஆதரவு வழங்கியுள்ளது. வட அமெரிக்க பூர்விகக் குடிகளையும், அவர்களது கலாச்சார பண்புகளையும் கனடாவும் அமெரிக்காவும் திட்டமிட்டு அழித்துள்ளன.

தரகு முதலாளித்துவம்

பெரும் வணிக நிறுவனங்களின் குளறுபடிகளைத் துணிச்சலுடன் வெளிப்படுத்தியுள்ளார். GMஇன் Flint தொழிற்சாலை வேலைநீக்கத்தைத் தனது முதலாவது விவரணச்சித்திரத்தில் வெளிப்படுத்தியுள்ளார். இவரது தொலைக்காட்சித் தொடரிலும் (Awful Truth) இந்தக் குளறுபடிகளை வெளிப்படுத்தியுள்ளார். தனது நூல்களிலும் பெரும் நிறுவனங்களின் குளறுபடிகளை வெளிப்படுத்தியுள்ளார். CEOக்கள் கூடுதலான போனஸ் பெறுவதற்காகவும் லாபத்தை அதிகம் காட்டுவதற்காகவும் சுலபமான வழியான வேலைநீக்கத்தைச் செய்கின்றார்கள். இதனைத் தரவுகளுடன் வெளிப்படுத்தியுள்ளார்.

அமெரிக்கத் தேர்தல்

கடந்த தேர்தலில் முதலில் மைக்கல் மூர், ஜோர்ஜ் புஸ்ஸைத் தோற்கடிப்பதிலேயே குறியாக இருந்தார். இதனால் இவர் கெரியை ஆதரித்துப் பேசினார். குடியரசுக் கட்சி வேட்பாளர் ஜோன் கெரி திட்டவட்டமாக எந்தக் கருத்தையும் தெரிக்கவில்லை. ஈராக்கிலிருந்து அமெரிக்கத் துருப்புக்களை வெளியேற்றுவது நல்லதல்ல என்ற கருத்தையும் ஜோன் கெரி முன்வைத்துள்ளார். ஜோர்ஜ் புஸ்ஸின் Republican கட்சிக்கும், குடியரசுக் கட்சிக்கும் கொள்கையளவில் கடந்த தேர்தளவில் பெருத்த வேறுபாடுகள் காணப்படவில்லை. இதைத்தவிர தேர்தலில் போட்டியிட்ட கட்சிகள் முன்வைத்த நல்ல கருத்துக்கள் பற்றிகூட இவர் கருத்துத் தெரிவிக்கவில்லை. பின்னர் ஒபாமாவை ஆதரித்தார். கிலரி கிளின்டனுக்கு எதிராகவும் கருத்துக்களைக் கூறினார். இன்று கிலரி ஒபாமாவின் முக்கிய மந்திரி. http://www.politics1.com/p2004.htm)

அமெரிக்க சாம்ராஜ்ஜியம் என்பது நீண்ட கால திட்டமிட்டப்பட்ட தயாரிப்பு. இதனை ஓர் ஆட்சி மாற்றத்துடன் மாற்றலாம் என்பது அரசியல் தெளிவின்மையைக் காட்டுகின்றது.

மைக்கல் மூர் ஓர் மனித உரிமைவாதியே. அதுவும் அமெரிக்க மனித உரிமைவாதி.

நிழல்

சூரியனற்ற காலங்கள்

நான் அக்காலங்களில் சூரியனைக் காண வில்லை. எனது ஞாபகத்தில் முகில் கூட்டங்கள் நிரம்பிய ஒளியற்ற பகற்பொழுதே நினைவில் உள்ளது என சிலியின் இருண்ட காலமான Augusto Pinochetஇன் ஆட்சிக் காலத்தை நினைவு கூர்கின்றார் Pablo Larrain. Augusto Pinochet ஆட்சியைக் கைப்பற்றியபோது பப்லோ லரைனுக்கு மூன்று வயது.

சல்வடோர் அலண்டே 1970ஆம் ஆண்டு கார்த்திகை மாதம் சிலியின் மக்களால் தேர்ந் தெடுக்கப்பட்ட அதிபராகப் பதவியேற்கின்றார். லத்தீன் அமெரிக்காவில் ஒரு சோசலிச அதிபர் பதவியேற்றதை அமெரிக்கா விரும்பவில்லை. சந்தர்ப்பத்துக்காகக் காத்திருக்கவில்லை. சந்தர்ப்பங் களை உருவாக்கினார்கள். சல்வடோர் அல்லண்டே புதிய இராணுவத் தளபதியாக 1973ஆம் ஆண்டு ஆவணி 23ஆம் நாள் ஒகஸ்ரோ பினோசெட்வை நியமிக்கின்றார். இது நடைபெற்று ஒருமாத காலம் முடியமுன்னரே புரட்டாதி 11ஆம் நாள் 1973ஆம் ஆண்டு இராணுவ சதி மூலம் ஆட்சியைக் கைப்பற்று கின்றார் ஒகஸ்ரோ பினோசெட்.

அமெரிக்கா அல்லண்டேவின் ஆட்சியைப் பார்த்துக்கொண்டு இருக்கவில்லை. அப்போதைய அமெரிக்க அதிபர் ரிச்சாட் நிக்சன் அல்லண்டேயைத் துரத்தியடிக்கத் தீர்மானிக்கின்றார். 1973இல் இருந்து 1990வரை சிலியை ஆட்சி செய்தார் சர்வாதிகாரி ஒகஸ்ரோ பினோசெட். முதலில் இராணுவ அதிகாரி

(Chief of Staff General) Rene Schneider ஊடாக முயற்சி செய்தது. இவர் மறுத்துவிட்டார். புரட்டாதி 22,1970 அன்று இவரது கார் விபத்துக்குள்ளாக்கப்பட்டது. பின்னர் நடைபெற்ற துப்பாக்கிச் சமரில் இவர்மீது துப்பாக்கிக் குண்டுகள் பாய்ந்தன. மூன்று நாட்களின் பின்னர் இவர் இறந்துவிட்டார். இதனைச் செய்தது சிலி இராணுவத்தின் இரு குழுக்கள் எனப் பின்னர் உறுதிப்படுத்தப்பட்டது. அமெரிக்க உளவு நிறுவனம் இவ்விரு குழுக்களுக்கும் உதவிகள் செய்தமையும் தெரியவந்தது. இதன் தொடர்ச்சியாக மற்றொரு இராணுவ ஜெனரலான Carlos Prats ஊடாக மீண்டும் முயற்சி செய்தது. அவர் தனது பதவியை 1973ஆம் ஆண்டு ஆவணி 21இல் இராஜினாமா செய்தார். அதனைத் தொடர்ந்து CL அதிபர் அல்லண்டே ஒகஸ்ரோ பினோசெட்டை இராணுவத் தளபதியாக நியமித்தார். புரட்டாதி 11, 1973இல் அல்லண்டே இராணுவப் புரட்சி மூலம் பதவியில் இருந்து வெளியேற்றப்பட்டார். இராணுவப் புரட்சி நடைபெற்ற போது துப்பாக்கியால் சுடப்பட்டு கொல்லப்பட்டார். ஆனால் இன்றுவரை அவர் தற்கொலை செய்து கொண்டதாகவே அரச ஆவணங்கள் உறுதி கூறுகின்றன. அப்போதைய அமெரிக்க அதிபர் நிக்சனின் ஆலோசகராக இருந்த ஹென்றி கீசிங்கரிடம் நிக்சன் அல்லண்டேயைப் பதவியிறக்கும்படி உத்தரவிட்டார். இதனைக் கீசிங்கரே உறுதிப்படுத்தியுள்ளார்.

அல்லண்டே கொல்லப்பட்டதன் பின்னர் அடுத்த 17 ஆண்டுகள் CL கடுமையான மனித உரிமை மீறல்களையும் அட்டூழியங்களையும் சந்திக்கின்றது. சுமார் 3200 அரசியல்வாதிகள் கொல்லப்பட்டனர். குழந்தைகள் சிறுவர்கள் பெண்கள் உட்பட 110000 பேரளவில் சித்திரவதைக்குள்ளாக்கப்பட்டனர். படு கொலை செய்யப்பட்டனர். சிக்காகோ பல்கலைக்கழகத்தில் கல்வி கற்றிருந்த சிலி நாட்டுப் பொருளாதார நிபுணர்களின் ஆலோசனைப் பிரகாரம் பல பொருளாதார மாற்றங்கள் மேற்கொள்ளப்பட்டன. திறந்த சந்தைப் பொருளாதார முறை அமுல்படுத்தப்பட்டது. தொழிற்சங்கங்கள் கட்டுப்படுத்தப்பட்டன. அரச நிறுவனங்கள் தனியார்மயமாக்கப்பட்டன. இவரது ஆட்சிக்குப் பக்கபலமாக அமெரிக்க உளவு நிறுவனம் இருந்ததாகக் குற்றஞ்சாட்டப்பட்டது. தொடர்ச்சியான மக்கள் எதிர்ப்பு போன்றவற்றின் விளைவாக 1988இல் ஒகஸ்ரோ பினோசெட் ஒரு சர்வசன வாக்கெடுப்பு ஒன்றை நடாத்தினார். இதில் 55.99 வீதமானோர் இவர் ஜனாதிபதியாக தொடர்வதை எதிர்ப்பதாகத் தெரிவித்தனர். இதனைத் தொடர்ந்து 1990இல் நடைபெற்ற தேர்தலில் வெற்றி பெற்ற Patricio Aylwin இடம் நாட்டைக் கையளித்துவிட்டு அதிபர் பதவியைத் துறக்கின்றார். இவர் இத்தேர்தலில்

போட்டியிடவில்லை. இதன் பின்னரும் 1998ஆம் ஆண்டுவரை இராணுவத் தளபதியாகத் தொடர்ந்து பதவி வகிக்கின்றார். இராணுவத் தளபதி பதவியைத் துறந்து சில மாதங்களில் இங்கிலாந்து சென்றபோது, இவர் ஆட்சியின்போது செய்த மனித உரிமை மீறல்களுக்காகக் கைது செய்யப்படுகின்றார். பின்னர் சுகயீனத்தைக் காரணமாகக் காட்டி விடுதலை செய்யப்படுகின்றார். 2000ஆம் ஆண்டில் சிலிக்குத் திரும்பிய இவரை 2004ஆம் ஆண்டு சிலி நீதிபதி ஒருவர் இவர்மீது வழக்கு விசாரணைகள் மேற்கொள்ளலாம். உடல்நலன் நன்றாக உள்ளது எனத் தீர்ப்பளிக்கின்றார். இதனைத் தொடர்ந்து கைது செய்யப்பட்டு வீட்டுக் காவலில் வைக்கப்படுகின்றார். இவர் இறக்கும்பொழுது இவர்மீது 300க்கும் மேற்பட்ட வழக்குகள் நிலுவையிலிருந்தன. இன்றுவரை இவரது ஆட்சியில் காணாமல் போனோரில் 3000 பேர் எங்கிருக்கின்றார்கள், என்ன ஆனார்கள் என்பது தெரியாது. இவரது ஆட்சியை ஒத்த ஆட்சியொன்றை மகிந்த இராஜபக்ச நடத்திக் கொண்டிருக்கின்றார்.

இன்றைய CL நாட்டு மக்கள் இரு பிரிவினராக உள்ளனர். ஒரு பிரிவினர் சிலியின் கொடுங்கோல் இராணுவ அதிபர் ஒகஸ்ரோ பினோசெட்டின் காலத்தில் வாழ்ந்தோர். மற்றைய பகுதியினர் இக்காலத்தில் வாழாதோர். "நான் ஒரு அரசியல்வாதியல்ல, ஒரு சமூகப் போராளியுமல்ல ஆனால் நான் அக்காலகட்டத்தில் பிறந்து மக்களின் அவலங்களைக் கண்கூடாகக் கண்டு உணர்ந்தவன். எனவேதான் எனது படங்கள் அக்காலகட்டத்தைப் பிரதிபலிக்கின்றன" என்கிறார் பப்லோ லறைன். இவர் மொத்தமாக நான்கு படங்களை இதுவரை இயக்கியுள்ளார். அவற்றுள் மூன்று படங்கள் ஒகஸ்ரோ பினோசெட்டின் ஆட்சிக் காலத்தை மையமாகக் கொண்டுள்ளது. இது துன்பியலின் மூன்றன் தொகுதியாகும். இதுவரை ஒரு குறிப்பிட்ட ஆட்சியை மையமாகக் கொண்ட மூன்றன் தொகுதிகள் திரைப்படமாகியது வெகு குறைவேயாகும். இப்படங்களை இயக்கியதன் மூலம் பப்லோ லறைன் உலகின் குறிப்பிடத்தக்க அரசியல் திரைப்பட இயக்குனராகக் கருதப்படுகின்றார்.

பிலிம்மேக்கர் சஞ்சிகைக்குப் பேட்டி அளித்த சிலி நாட்டு இயக்குனர் பப்லோ லறைன் ஒரு சம்பவத்தைக் குறிப்பிடுகின்றார். "ஒருநாள் சந்தையில் பொருட்களை வாங்கிக் கொண்டிருந்த பெண் ஒரு இராணுவ வீரரைக் கண்டுள்ளார். இருவரும் ஒருவரையொருவர் பார்த்துக் கொண்டனர். அப் பெண்ணைப் பார்த்து எப்படி இருக்கின்றாய் என இவ்வீரர் நலம் விசாரித்தார். ஒரு சோகமான புன்னகையைப் பதிலாக பெற்றுக் கொண்ட இராணுவ வீரன் தனது வாழ்க்கையைப்

பற்றிக் கூறத் தொடங்கினான். இதில் என்ன ஆச்சரியம் என நீங்கள் நினைக்கலாம். நலம் விசாரித்த இராணுவ வீரன் இப் பெண்ணைப் பாலியல் வன்கொடுமைக்குள்ளாக்கிச் சித்திரவதை செய்துள்ளான். இன்று குற்றஉணர்ச்சியற்று சாதாரணமாக மக்களுடன் ஒருவனாக இணைந்து வாழ்கின்றான்" என அச்சம்பவத்தைக் கூறுகின்றார். இப்பேட்டியை வாசித்தபொழுது எனக்கு முள்ளிவாய்க்கால் படுகொலைகளே நினைவுக்கு வந்தன. இதே இராணுவ வீரர்கள் எந்தவித விசாரணையுமின்றி குற்றமற்றவர்களாக மக்களில் ஒருவராக வாழ்கின்றார்கள். நடமாடுகின்றார்கள். இதே இராணுவத்தினர்தான் இன்று வட – கிழக்கு மாகாணங்களில் மக்களைப் பாதுகாக்கின்றார்கள்?

"நான் என்னை நோக்கிப் பல கேள்விகள் கேட்டுக் கொண்டேன். எனது நாட்டிற்கு என்ன நடந்தது? எனக்கு அரசியல் அபிப்பிராயம் உண்டு. அரசியல் அடையாளமும் உண்டு" என ஒரு பேட்டியில் பப்லோ லறைன் குறிப்பிடுகின்றார். இவரது கருத்தின் வெளிப்பாட்டை இவரது படங்களில் காணலாம்.

மூன்றன் தொகுதியின் முதலாவது படம் ஒகஸ்ரோ பினோசெட்டின் ஆட்சிக் காலத்தின் ஆரம்பத்தையும், இரண்டாவது படம் 78 – 79 ஆண்டுகள் ஆட்சிக்காலத்தின நடுப்பகுதியையும் மூன்றவாது படம் இறுதிப் பகுதியையும் பதிவுசெய்துள்ளது. இம்மூன்று படங்களுக்குள்ளும் ஒன்றுக் கொன்று ஒரு உரையாடலைக் கொண்டுள்ளது. மூன்று படங்களின் பாத்திரங்களும் அரசியல் சூழல் தங்களைப் பாதிக்காது என

நினைப்பினும் அவர்களை அகத்திலும் புறத்திலும் அதிகாரமும் ஆட்சியுமே இயக்கின. இதனை இவரது மூன்று படங்களிலும் மிகத் தெளிவாகக் காணலாம்.

Tony Manero

ஒகஸ்ரோ பினோசெட்டின் ஆட்சிக் காலத்தின் ஆரம்பப் பகுதியில் நடைபெறுகின்றது. றொனி மனீரோ என்ற பாத்திரம் *Saturday Night Fever 1977*இல் வெளிவந்த ஹொலிவுட் திரைப்படம். இது ஒரு இசை நடனப் படம். இது நியு யோர்க் சஞ்சிகையில் நிக் கோஹ்னின் *Tribal Rites of the New Saturday Night* என்ற ஆக்கத்தை மையமாகக் கொண்டது. இதில் றொனி மனீரோவாக நடித்திருப்பவர் ஜோன் ரவோல்ரா. அமெரிக்காவில் பெரும் வரவேற்பைப் பெற்றது இப்படம். டிஸ்கோ இசை பிரபல்யம் பெற இப்படமும் ஒரு காரணமாகவிருந்தது. இப்படத்தில் நடித்தமைக்காக ஜோன் ரவோல்ரா ஒஸ்காரின் சிறந்த நடிகர் விருதுக்குப் பரிந்துரைக்கப்பட்டார்.

ஜோன் ரவோல்ராவின் றொனி மனீரோ பாத்திரத்திற்கு உலகெங்கும் பல லட்சக்கணக்கான ரசிகர்கள். இவர்களில் ஒருவரே பப்லோ லறைனின் கதாநாயகன். ரால்க்கு 52 வயது. உள்ளூர்த் தொலைக்காட்சி ஒன்றில் நடைபெறும் நடனப் போட்டியில் வெற்றி பெற வேண்டும் என்பது ராலின் ஆசை. இவர் தன்னை ஒரு றொனி மனீரோவாகவே மாற்ற முயற்சிக்கின்றார். இவருக்குத் தொடர்ச்சியாகத் தொந்தரவாக இருக்கும் இவரது காதலி, இவருக்குமேல் விருப்பம் கொண்ட காதலியின் மகள், இவர்மேல் நாட்டம் கொண்ட உள்ளூர் நடனகத்தின் முதிய பெண்மணி, இவர்கள் அனைவரையும் விட இவருக்கு நடனத்தின்மேல்தான் நாட்டம், காதல் ஏன் வெறி என்றுகூடச் சொல்லலாம்.

இச்சூழலைச் சுற்றி ஒகஸ்ரோ பினோசெட்டின் இராணுவம். தப்பித் தவறி அரசியல் கதைப்பினும் தலை பறக்கும். படத்தில் அவ்வப்போது தலைகாட்டும் இராணுவ வாகனங்களும் இராணுவ வாகனங்களைக் கண்டவுடன் மக்கள் ஒளிந்துகொள்ளும் காட்சிகளும் புறச் சூழலின் கொடூரத்தை வெளிப்படுத்துகின்றன.

பப்லோ லறைன் இவ் உலகத்தை உலகிற்குக் காட்டியுள்ளார். சோசலிச அரசை வீழ்த்திய அமெரிக்காவும் அதனது உளவுப்படையும் சிலிக்குள் உலகமயமாதல் என்பதன் பெயரில் தங்களது கலாச்சாரத்தைத் திணித்தார்கள். அதன் விளைவை இப்படத்தினுடாக வெகு இயல்பாக பப்லோ

லறைன் படைத்துள்ளார். படத்தின் நாயகன் சிலியின் புதிய கொள்கையினால் பாதிக்கப்பட்டவர். இவரைச் சுற்றி கொடூர அரசையும் உலகமயமாதலையும் இயக்குனர் அமைத்துள்ளார். இல்லை, இயல்பானதும் அதுவேதான். இதனால்தான் இயக்குனர் ராலை ஒரு உளவியல் பாதிப்புக்குள்ளானவராகப் *(Psychopathi)* படைத்துள்ளார். இது புறச்சூழலின் கொடூரத்தால் ஏற்பட்டது என்பதுதான் இயக்குனரின் வாதமாகவுள்ளது.

ராலின் பாத்திரத்தின் பன்முகத் தன்மையை இயக்குனர் சிறப்பாக வெளிப்படுத்தியுள்ளார். ராலுக்குள்ள பாலியல் தேடல்கள், பாலியல் இயலாமை, வெறித்தனமாக ஒருவரது பாணியைப் பின்பற்றல், சுயத்தை இழத்தல் என ராலின் ஒவ்வொரு முகங்களையும் வெளிப்படுத்தியுள்ளார். இவற்றில் சில குறிப்பாக சுயத்தை இழத்தல் ஒருவரைப் பின்பற்றல் (அமெரிக்கா) போன்றன ஒகஸ்ரோ பினோசெட்டின் ஆட்சிக்காலத்தில் சிலிக்கு ஏற்பட்டதையும் படம் வெளிவந்த காலத்தில் சிலி அதனைத் தொடர்வதையும் சுட்டி நிற்கின்றது.

இவரது படங்களில் ஒளி ஒரு பிரதான பாத்திரமாக வெளிப்படும். சூழலின் தன்மையை குணத்தை ஒளி வெளிப் படுத்தும். இப்படத்தின் காட்சிகள் முழுவதும் குறைந்த ஒளியிலும் முகில் கூட்டம் நிறைந்த வெளிச்சம் குறைவான பகல் பொழுதுகளிலும் படமாக்கப்பட்டுள்ளது. இவ்வாறாக

ஒளியைப் பிரதானமாக சூழலின் தாக்கத்தை வெளிப்படுத்தப் பயன்படுத்தும் இயக்குனர்களுள் எமக்கு மிகவும் அறிமுகமான பிரசன்னா விதானகே குறிப்பிடத்தக்கவர்.

இப்படத்தில் ராலாக அல்பிரடோ கஸ்ரோ மிகவும் சிறப்பாகத் தனது நடிப்பை வெளிப்படுத்தியுள்ளார். நகைச்சுவை யாக, கோபக்காரராக, வெறித்தனம் கொண்டவராக, பாவப்பட்டவராக பல்வேறு பரிமாணங்களை இயல்பாக வெளிப்படுத்தியுள்ளார்.

இப்படம் ஒஸ்காரின் சிறந்த பிற மொழிக்கான திரைப்பட விருதின் இறுதிப்பட்டியலில் இடம் பெற்றிருந்தது. ஆனாலும் சிறந்த பிற மொழிப்படத்துக்கான விருதுக்கு பரிந்துரைக்கப்படும் ஐந்து படங்களுள் ஒன்றாக அமெரிக்காவின் புற அரசியலை விமர்சிப்பதினால் பரிந்துரைக்கப்படவில்லை.

Post Mortem (**பிரேத பரிசோதனை**)

இது பப்லோ லறைனின் ஒகஸ்ரோ பினோசெட்டின் ஆட்சிக்காலத்தைப்பற்றிய இரண்டாவது படம். இப்படம் ஒகஸ்ரோ பினோசெட்டின் கொடூர முகங்களை வெளிப்படுத்த இயக்குனர் கையாண்ட உத்தியாக வெளிப்படுகின்றது. படத்தின் தலைப்பே உள்ளடகத்தை தெரிவிக்கின்றது.

பப்லோ லறைனின் கணனியில் சல்வடோர் அல்லெண்டே யின் பிரேத பரிசோதனை பற்றிய முடிவுகளைத் தேடியபோது இப்படத்துக்கான கருவும் தேவையும் தோன்றியதாக ஒரு பேட்டியில் குறிப்பிட்டுள்ளார். இப்படம் சல்வடோர் அல்லெண்டேயின் மரணத்துக்கான கூறுகளை, காரணங்களை ஒகஸ்ரோ பினோசெட்டின் ஆட்சிக் காலத்தில் பப்லோ லறைனின் தேடுதலாக அமைந்துள்ளது. புரட்டாதி 11,1973 சல்வடோர் அல்லெண்டே தனது நாட்டு மக்களுக்கு வானொலியில் உரையாற்றி முடித்தபோது துப்பாக்கி சுடும் சத்தங்கள் கேட்டன. இதனை ஒகஸ்ரோ பினோசெட்டின் ஆதரவாளர்கள் அதிகாரிகள் தன்னைத்தானே சுட்டுக் கொன்ற சூட்டுச் சத்தம் என்றனர். அல்லெண்டே ஆதரவாளர்கள் இராணுவத்தின் துப்பாக்கிச் சத்தம். இராணுவத்தினர் துப்பாக்கியால் சுட்டுக் கொன்று விட்டனர் என்றனர். பிரேத பரிசோதனை தற்கொலை என உறுதிசெய்தது. 2008இல் தடவியற் நிபுண வைத்தியர் லூயிஸ் ரவனாலின் கருத்துப்படி இரண்டு வேறு துப்பாக்கிகளில் இருந்து வந்த குண்டுகளே அல்லெண்டேயின் உடலில் காணப்பட்டன. முதலில் பிரேத பரிசோதனை நடாத்தியோர் சந்தேகத்திற்கு இடமான பல விடயங்களைக் கவனத்திலெடுத்து

ஆராயவில்லை என மேலும் குற்றஞ்சாட்டியிருந்தார். பப்லோ றைனின் ஆய்வுக்கான காரணங்களை இக்கூற்று மேலும் உறுதிப்படுத்துகின்றது.

இப்படத்தில் மரியோ என்ற பிரதான பாத்திரத்தை ஏற்று அல்பிரடோ கஸ்ரோ மிகவும் இயல்பாக நடித்துள்ளார். ராலாக ரொனி மனீரோவில் தோன்றியமைக்கு எதிர்மறையான பாத்திரம். இவர் பிரேத பரிசோதனையகத்தில் தடவியல் உதவி யாளராகக் கடமைபுரிந்தார். பிரேத பரிசோதனை வைத்திய நிபுணரின் முடிவுகளைத் தட்டச்சில் பதிவு செய்வதும் இவரது பணிகளுள் ஒன்று. இவருக்கு இவரது வீட்டின் முன்னால் வசிக்கும் நான்சிமீது நாட்டம். நான்சி ஒரு நடனகத்தில் வேலை பார்த்துவிட்டு இப்பொழுது வீட்டில் தனியாக இருக்கின்றார். நான்சிக்கு ஒகஸ்ரோ பினோசெட்டின் அரசுக்கு எதிராகப் போராடும் இடதுசாரிகளுடன் நேரடித் தொடர்புள்ளது. அவர்களது ஒரு ஆதரவாளர் நான்சி.

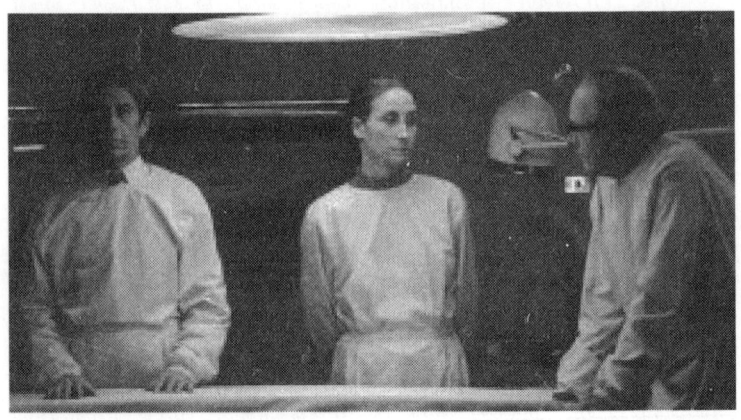

பிரேத பரிசோதனையகத்தில் உள்ளோரும் அரசுக்கு எதிரான கருத்தைக் கொண்டுள்ளார்கள். ஒருநாள் மரியோ வேலைக்கு வரும்பொழுது அங்கு இராணுவத்தினர் கட்டிடத்தினுள் காணப்படுகின்றனர். இவர்களது நடிவடிக்கைகள் மிகவும் உன்னிப்பாகக் கவனிக்கப்படுகின்றன. மற்றொரு நாள் மரியோ, பிரேத பரிசோதனை வைத்தியர், உதவியாளர் பெண் ஆகியோரை இராணுவம் ஒரு மருந்தகத்திற்கு ஏற்றிச் செல்கின்றது. அங்கு இவர்கள் துப்பாக்கிச் சூட்டுக்குள்ளான ஒரு உடலைப் பரிசோதிக் கின்றனர். இராணுவ அதிகாரிகள் இவர்களது நடிவடிக்கைகளைக் கண்காணித்துக் கொண்டிருக்கின்றனர். வைத்திய நிபுணர் தனது

முடிவுகளைத் தெரிவிக்கின்றார். துப்பாக்கி முனையில் அவர் இது தற்கொலையாக இருக்கலாம் எனத் தெரிவிக்கின்றார். அந்த உடல் சல்வடோர் அல்லெண்டேயினது உடல். மரியோ அல்லண்டே தற்கொலைதான் செய்துவிட்டார் என்கின்றார். ஆனால் இவருடன் வேலை பார்க்கும் பெண் இது இராணுவத்தின் கொலை எனத் தெரிவிக்கின்றார். இவர்கள் தங்களுக்குள் வாக்குவாதப்படலாம். ஆனால் அறைக்கு வெளியே இவர்களால் பேச முடியாது.

இராணுவ அதிகாரி இவர்களுக்குக் கூறுகின்றார் "ஒவ்வொரு நாளும் பரிசோதனைக்கு வரும் உடல்களின் எண்ணிக்கை அதிகரிக்கின்றது. இதனால் இனி மிகவும் சுருக்கமாக பரிசோதனைகளைச் செய்ய வேண்டும். நீங்கள் செய்ய வேண்டிய தெல்லாம் இங்கு கொண்டுவரப்படும் உடல்களில் எத்தனை துப்பாக்கிச் சூடுகள் உள்ளன. எங்கே உள்ளன. அதனை மாத்திரம் பதிவுசெய்து விடுங்கள். அதற்குமேல் எந்தப் பரிசோதனையும் தேவையில்லை" என்கின்றார்.

மற்றொரு காலை மரியோ வேலைக்குச் சென்றபோது இவருடன் வேலை பார்க்கும் சன்ரா வைத்திய நிபுணரைப் பார்த்துச் சத்தமிடுகின்றார். இதனை இராணுவ அதிகாரி பார்த்துக்கொண்டு நிற்கின்றார். பரிசோதனை அலுவலகம் முழுவதும் உடல்களால் நிரம்பிக் காணப்படுகின்றது. அப்பெண் உரத்த குரலில் "என்னால் இதனைப் பார்த்துக் கொண்டிருக்க முடியாது. உயிருடன்கூட உடல்கள் இறந்ததாகக் கொண்டு வரப்படுகின்றன. இப்பொழுதும் இங்கு சில உடல்கள் உயிருடன் உள்ளன. இவர்களைக் காப்பாற்றுங்கள்" எனக் கூச்சலிடுகின்றார். இராணுவ அதிகாரி மிகவும் அமைதியாக சன்ராவை நோக்கி நகர்கின்றார். தனது துப்பாக்கியை வெளியே எடுத்து இனிமேல் அந்தப் பிரச்சினை இருக்காது எனக் கூறி உயிருடன் இருந்த உடல்களைத் துப்பாக்கியால் சுட்டுக் கொல்கின்றார்.

இப்படம் உண்மைச் சம்பவங்களை மையமாகக் கொண்டிருந்தாலும் இயக்குனர் தனது விமர்சனப்பார்வை ஒன்றை இங்கு முன்வைக்கின்றார். பிரேத பரிசோதனை செய்யும் வைத்தியர் ஊடாகவோ அல்லது வேறு முன்னிலைப் பாத்திரங்களையோ கதை சொல்லியாக முன்வைக்கவிலலை. பிரேத பரிசோதனை அலுவலகத்தில் வேலை பார்க்கும் ஒரு சாதாரண அலுவலரின் பார்வையிலேயே திரைக் கதையை அமைத்துள்ளார். யார் இந்த மரியோ? அல்லண்டேயினது உடல் பரிசோதனை முடிந்த பின்னரான அறிக்கையில் மூவர் கையொப்பங்களிருந்தன. இருவர் பிரபல்ய நிபுணர்கள். மூன்றாமவர் மரியோ கோர்னெஜோ.

இவர் அங்கு வேலை பார்த்த ஒரு அலுவலர். இவரைத் தேடிச் சென்றபோது அவர் இறந்துவிட்டிருந்தார் அவரது மகனும் இதே வேலை பார்த்துக் கொண்டிருக்கின்றார். இவரது பிரசன்னத்தைப் பற்றி எவருக்கும் கவலை இல்லை. அதே சமயம் இவரைப் பற்றியும் எவருக்கும் அக்கறை இல்லை. ஆனால் இவர் சரித்திரப் பிரசித்தி பெற்ற முக்கிய படிவத்தில் கையொப்பமிட்டுள்ளார். இயக்குனர் இவரது கண்களூடாக திரைப்படத்தைப் படைத்துள்ளார்.

NO

ஒகஸ்ரோ பினோசெட்டின் கொடுங்கோல் ஆட்சியைப் பற்றிய பப்லோ லறைனின் மூன்றாவது படம். ஒகஸ்ரோ பினோசெட்டின் ஆட்சிக் கால முடிவை வெளிப்படுத்தும் படம். இப்படத்தில் 30 வீதமான காட்சிகள் உண்மைச் சம்பவங்களினைச் சம்பவங்கள் நடைபெற்றபோது பதிவு செய்த நாடாக்களில் இருந்து பெறப்பட்டவை.

ஒகஸ்ரோ பினோசெட் சர்வதேச அழுத்தத்தின் பயனாகத் தனது ஆட்சியை நியாயப்படுத்த விரும்பினார். புதிதாக அமெரிக்க அரசின் ஆதரவுடன் உருவான மத்திய, மத்திய மேல்தட்டு வர்க்க மக்களின் வாக்கு தனக்குக் கிடைக்கும் என்ற நம்பிக்கையுடன் களத்தில் இறங்கினார். இது தேர்தல் அல்ல. சர்வசன வாக்கெடுப்பு. ஒகஸ்ரோ பினோசெட் தொடர்ந்து ஆட்சியில் இருக்க மக்கள் ஆதரவளிக்கின்றார்களா? அல்லது இல்லையா? இங்கு ஆம், இல்லை. ஒன்றுக்கு வாக்களிக்க வேண்டும்.

உலகம் பல மிக முக்கிய சர்வசன வாக்கெடுப்புக்களைச் சந்தித்துள்ளது. நியுபவுண்டலன்ட் பொருளாதாரத்தில் மிக மோசமான நிலையில் இருந்தபொழுது 1948 ஆனி மூன்றாம் நாள் சர்வசனவாக்கெடுப்பு ஒன்றை நடாத்தியது. முதலாவது கனடாவுடன் இணைவது, இரண்டாவது தொடர்ந்து தனி நாடாக சுதந்திரமாக இயங்குவது, மூன்றாவது பொருளாதார ரீதியாக அமெரிக்காவுடன் மிக நெருக்கமாக இணைந்து இயங்குவது ஆகிய மூன்று விடயங்களை நோக்கி சர்வசனவாக்கெடுப்பு நடாத்தியது. இதில் எந்த விடயத்திற்கும் 50வீதமான வாக்குகள் கிடைக்காதபடியால் அதிக வாக்குகளை எடுத்த முதல் இரண்டு விடயங்களை மீள வாக்குக்கு விட்டார்கள். மூன்றாவதாக வந்த அமெரிக்காவுடன் இணைவது நீக்கப்பட்டுவிட்டது. ஆடி 28ஆம் நாள் நடாத்தப்பட்ட வாக்கெடுப்பில் 52.3 வீதமானோர் கனடாவுடன் இணைவது என வாக்களித்தனர். அதன்படி நியுபவுண்டலன்ட் கனடாவுடன் இணைந்தது. இதே

கனடாவில் இருந்து தனி நாடாக வேண்டுமென கியுபெக் மாநிலம் (பிரென்ச் மொழி பேசும் மக்கள் அதிகமாக வாழும் பிரதேசம்) இரு தடவைகள் சர்வசனவாக்கெடுப்பை நடாத்தியது. முதலாவது வாக்கெடுப்பு 1980ஆம் ஆண்டு வைகாசி 20ஆம் நாள் நடைபெற்றது. அப்போதைய கனடிய பிரதமரான ரூடோ கியுபெக் மாநிலத்தைச் சேர்ந்தவர். 60 வீதமான மக்கள் பிரிவினைக்கு எதிராக வாக்களித்தனர். இரண்டாவது வாக்கெடுப்பு 15 வருடங்களின் பின்னர் 1995 ஐப்பசி 30ஆம் நாள் நடைபெற்றது. இதில் 51வீதமானோர் பிரிவினைக்கு எதிராக வாக்களித்தனர். இன்றும் கியுபெக் மாநிலம் கனடாவின் ஒரு மாநிலமாகவே உள்ளது. இவற்றைவிடத் தென் ஆபிரிக்காவில் டி.கிளார்க் புதிய ஆட்சி மாற்றத்துக்காக நடாத்திய சர்வசன வாக்கெடுப்பு, மற்றும் ஐரோப்பிய நாடுகள் பலவும் நடாத்திய வாக்கெடுப்புக்கள் மிக முக்கியமானவை. அவ்வரிசையில் சிலியில் நடைபெற்ற வாக்கெடுப்பும் அமைந்திருந்தது. கியுபெக்கைப் போன்றே சிலி அரசும் சாதகமான பதிலொன்றையே மக்களிடம் எதிர்பார்த்தது.

இப் படம் கான்ஸ் திரைப்படவிழாவின் *Directors' Fortnight* பிரிவில் சிறந்த படமாகத் தேர்வு செய்யப்பட்டது. சிலி எழுத்தாளர் அந்தோனியோ ஸ்கர்மேரான் நாடகத்தை மையமாகக் கொண்டது. சர்வதேச விருதுகளைப் பெற்ற *Il Postino (The Postman)* இவரது நாவலை மையமாகக் கொண்டது.

"ர்ஹோம்பஸ் மீடியா என்ற கனடிய நிறுவனம் அன்ரனியோவின் சர்வசனவாக்கெடுப்பு *(The Referendum)* நாடகத்தைக் கருவாகக் கொண்டு ஒரு திரைப்படம் தயாரிக்க விரும்பியது. இங்கிருந்துதான் ஆரம்பமானது. நாங்கள் பலரிடம் விசாரித்தோம். பல ஆய்வுகளை மேற்கொண்டோம். ஊடகங்கள், தொலைக்காட்சிப் படங்கள் போன்ற பலவற்றை மீளாய்வு செய்தோம். வேறெந்த சர்வாதிகாரியும் ஜனநாயகத்திற்கு மதிப்பளித்து ஆட்சியைவிட்டு வெளியேறவில்லை. வழமையாக இரத்தம் சிந்தி உடல்கள் குவிந்து தீ பரவிய பின்னரே வெளியேற்றம் நிகழும். இந்த ஆட்சி மாற்றம் பல கேள்விகளை எழுப்பியுள்ளது "என இயக்குனர் பப்லோ லறைன் செவ்வியொன்றில் தெரிவித்துள்ளார்.

ரெனே ஸாவெற்ற விளம்பர நிறுவனத்தின் இளம் அதிகாரி. ஆரம்பத்தில் ஒதுங்கியிருக் விரும்பியபோதும் பின்னர் "இல்லை" பிரச்சார அணிக்காக களமிறங்குகின்றார். ஒகஸ்ரோ பினோசெட்டின் வசம் சகலதும் உள்ளது. தொலைக்காட்சி, வானொலி, பத்திரிகைகள் என அனைத்தும் அவர் வசம்.

இப்பொழுது ஊடகங்கள் அரச இயந்திரம் அனைத்துக்கும் எதிராகப் போராடவேண்டும். ஒகஸ்ரோ பினோசெட்டின் ஆட்சியில் நடைபெற்றவற்றில் எதை மறப்பது எதை நினைவில் வைத்திருப்பது? சர்வசன வாக்கெடுப்பு களம் சூடு பிடிக்கின்றது. இவர்கள் தயாரித்த விளம்பரத்தை அரச இயந்திரங்களை மீறி எவ்வாறு மக்களிடம் கொண்டு சென்றார்கள்? படமும் நேரடியாகவே பல விமர்சனங்களை முன்வைக்கின்றது. பப்லோ லறைன் தனது முந்தைய படங்களைப் போல் நேரடியாக, இயல்பாக, எளிமையாகக் காட்சிகளை அமைத்துள்ளார். முடிவில் 56 வீதமானோர் ஒகஸ்ரோ பினோசெட்டின் ஆட்சியை முடிவுக்குக் கொண்டுவர ஆதரவளித்தனர். 1978இல் இவர் ஆட்சிக்கு வந்த ஆரம்ப நாட்களில் ஐக்கிய நாடுகள் சபையின் கண்டனத்தை அடுத்து நடைபெற்ற சர்வசன வாக்கெடுப்பில் 78 வீதமானோர் ஒகஸ்ரோ பினோசெட்டின் ஆட்சிக்கு ஆதரவாக வாக்களித்தனர்.

ரெனே ஸாவெற்றாக கேள் கார்சியா இயல்பாக நடித்துள்ளார். இவர் மெக்சிக்கோவைச் சேர்ந்த நடிகர். ரொரண்ரோ சர்வதேச திரைப்படவிழா ஒன்றில் இயக்குனர் இவரைச் சந்தித்துள்ளார். பப்லோ லறைனின் முதல் இரண்டு படங்களில் பிரதான பாத்திரத்தில் நடித்த அல்பிரடோ கஸ்ரோ இப்படத்தில் ரெனேவின் தலைமை அதிகாரியாக நடித்துள்ளார். இவர் இப்படத்தில் மிகவும் வித்தியாசமாகத் தனது நடிப்பை வெளிப்படுத்தியுள்ளார்.

பப்லோ லறைனின் குடும்பம் சர்வசன வாக்கெடுப்பில் ஒகஸ்ரோ பினோசெட்டுக்கு ஆதரவாகவே வாக்களித்தந்திருந்தனர்.

பப்லோ அப்பொழுது சிறுவன். இப்பொழுது தனது கருத்தை இப் படத்தினூடாக வெளிப்படுத்தியுள்ளார். சர்வசன வாக்கெடுப் பின் முடிவுகளுக்கு அமைய ஒகஸ்ரோ பினோசெட் அதிபர் பதவியில் இருந்து விலகி தொடர்ந்து இராணுவத் தளபதியாக 1998ஆம் ஆண்டுவரை பதவியில் இருந்தார்.

பப்லோ லறைனின் ஒகஸ்ரோ பினோசெட்டின் கால பயணமாக இப்படங்களைக் கருதலாம். இப் படங்களின் ஊடாக ஒகஸ்ரோ பினோசெட்டின் அரசினை மீள மக்கள் முன் வைத்துள்ளார். இப்படங்கள் ஜனநாயக மீறல்கள் அரசியல் கொலைகள், மக்கள் மீதான வன்முறைகள், பெண்கள் சிறுவர்கள் மீதான வன்தாக்கங்கள் என்பனவற்றை மாத்திரம் பதிவு செய்யாமல் சிலியின் பொருளாதாரக் கொள்கைகளில் ஒகஸ்ரோவினால் கொண்டுவரப்பட்ட மாற்றங்கள் சிலியின் பொருளாதார வளத்தைச் சின்னாபின்னமாக்கியதையும் பதிவு செய்துள்ளார். இடதுசாரி ஜனாதிபதி அல்லெண்டே ஆட்சிக்கால மாற்றங்களை அமெரிக்காவும் ஒகஸ்ராவோவும் அழித்து ஊடகப் பிரச்சாரங்கள் மூலம் மக்கள் ஆதரவையும் பெற முயன்றதையும் இவரது இம்மூன்று படங்களும் சுட்டிக் காட்டுகின்றன.

ஒகஸ்ரோவின் ஆட்சிக் காலத்தில் மக்களைக் கொன்ற கொடுமைப்படுத்திய அதிகாரிகள் இன்று மக்கள் மத்தியில் சாதாரணமாக தண்டனை எதுவும் பெறாமல் குற்றமற்றவர்களாக நடமாடுகின்றார்கள் என்பதையும் இவரது படங்களினூடாக நாம் காணலாம்.

இவர் தனது படங்களைப் பதிவாக்க முன்னர் பலவித பரிசோதனைக் காட்சிகளைப் படமாக்கிப் பரீட்சித்துள்ளார். இறுதியில் *Ikegami* கமாராவைப் பயன்படுத்தினார். "இதனுள் பச்சை, மஞ்சள், சிகப்பு என மூன்று நிற குழாய்கள் உள்ளன. எனவே இது ஒரு வித்தியாசமான தோற்றத்தைக் கொடுக்கும். ஆனாலும் இக்கமாரா படப்பிடிப்புக்கு பின்னரான தயாரிப்புக்கு ஏற்றதல்ல. இது ஒரு வழக்கிழந்த முறை. மீண்டும் ஹொலிவுட்டில் பழைய கமாராக்களை வாங்கி வைத்திருக்கும் நிறுவனத்திடமிருந்து நான்கு கமாராக்களை வாங்கி முயற்சித்துப் பார்த்தோம். தர்கொவெச்சி 60களில் ருசியாவில் பயன்படுத்திய *Ananmorphic Lemo Lenses*ஐப் பயன்படுத்தினோம்." தனது திரைப்படப் படப்பிடிப்பு முறைகள் பற்றிய கேள்வி ஒன்றுக்குப் பதிலளிக்கையில் மேற்கொண்டவாறு லறைன் பதிலளித்தார். இவர் மிகக் குறைந்த செலவில் தனது படங்களைப் படமாக்கும் பொழுது பரீட்சார்த்தமான முறைகளை மேற்கொள்கின்றார்.

இவரது படங்களின் மிக முக்கியமான பாத்திரமாகத் தெரிவதே பாத்திரங்களினதும் சூழலினதும் உள உணர்வு வெளிப்பாடாகும். இதற்கு இவர் பல்வேறு குறியீடுகளையும் பயன்படுத்துகின்றார். ரொனி மனீரோவில் பெரும்பாலான காட்சிகள் ஒளி குறைந்த காட்சிகளாக உள்ளன. இது இருண்ட காலத்துக்கான ஆரம்பம் என்பதை வெளிப்படுத்துகின்றது. போஸ்மோட்டம் படம் 99வீதம் இருண்ட காட்சிகளாகவே உள்ளது. இது மக்கள் இருள் சூழ்ந்த கொடுமையான ஆட்சியில் உள்ளனர் என்பதை வெளிப்படுத்துகின்றது. நோ படம் மக்கள் வெளிச்சத்தை நோக்கிச் செல்லவுள்ள காலம். எனவே இங்கு ஒளி ஒரு பிரச்சினையாகவில்லை.

இவரது படங்கள் அனைத்தும் ஒகஸ்ரோ பினோசெட்டின் ஆட்சிக் காலத்தின் மீளாய்வாகவே உருவாகியுள்ளது. இவ் ஆட்சியின் முன்னர் இயங்கிய இடதுசாரி ஆட்சியின் அழிவின் பின்னணி, இன்றைய நிலையில் ஒகஸ்ரோவின் ஆட்சி ஏற்படுத்தியுள்ள தாக்கங்கள் என்பவற்றையும் இப் படங்கள் வெளிப்படுத்தியுள்ளன. இதனை நேரடியாகவே வெளிப்படுத்தியுள்ளார். இயக்குனரின் மனச்சாட்சியின் குரலாகவும் இப்படங்கள் தொனிக்கின்றன. இப்படங்களைப் பார்க்கும்பொழுது இலங்கையில் நடைபெற்ற கொடூர சம்பவங்களே நினைவுக்கு வந்தன.

பூக்களை நீங்கள் வெட்டலாம் – ஆனால்
இளவேனிற் காலம் மலர்வதை உங்களால்
தடுக்க முடியாது

பப்லோ நெருடா

காலச்சுவடு

போருக்குப் பின்னரான தமிழ்த் திரைப்படங்கள்

போருக்கான படைப்புக்கள் உலகளவில் பிரசித்தமானவை. அமெரிக்கா தனது ஒவ்வொரு யுத்தத்தின்போதும் மக்களைப் போருக்கான தயாரித்தலுக்கு படைப்பிலக்கியங்களையும் பயன் படுத்துகின்றது. படைப்பிலக்கியங்கள் என்று கூறும்பொழுது இவை கவிதை, சிறுகதை, நாவல் கட்டுரைகளுடன் நின்று விடுவதில்லை. அதற்குள் திரைப்படங்களும் அடங்கும். தொலைக்காட்சி ஒரு செய்திப் பரிமாண வெளிப்பாடாகப் பிரமிப்பதனால் இதற்குள் உட்படுத்துவதில்லை. எனினும் இதனை இலக்கியப் பகுப்பாய்வாளர்களின் விவாதத்துக்கு விட்டுவிடுவதே நல்லது.

முதலாம் உலகப்போர் தொடங்கி அண்மைக் கால ஈராக், சிரியா போர்வரை போரைப்பற்றிய திரைப்படங்கள் வெளிவந்து கொண்டிருக்கின்றன. இன்றும் முதலாம், இரண்டாம் உலகப் போரைப் பற்றிய படங்கள் வெளிவருகின்றன. போரைப்பற்றிய திரைப்படங்கள் அதிகளவில் வியட்நாம் போரின் போது பிரபல்யம் பெற்றன.

நடந்த முடிந்த ஈழப் போரின்போதும் பல திரைப்படங்கள், குறும் படங்கள் வெளிவந்தன, வந்து கொண்டிருக்கின்றன. சிங்கள, தமிழ் இரண்டு மொழிகளிலும் இப்படங்கள் வெளிவந்தன. சிங்களப் படங்கள் பல இனவாதத்தை வெளிப்படுத்தியபோதும் சில படங்கள் போரினால் சிங்கள மக்கள் படும் அவலத்தையும், தமிழ் மக்களின் நியாயமான கோரிக்கையையும் வெளிப்படுத்தியுள்ளன.

போர் முடிந்த பின்னர் பல படைப்புக்கள் வெளிவரத் தொடங்கியுள்ளன. இவ்வாறான படைப்புக்கள் பல போரின் அக புறக் காரணிகளை விமர்சனக்கண்ணோட்டத்தில் வெளிப் படுத்தியுள்ளன. முதலாம், இரண்டாம் உலகப்போர் தொடங்கி வியட்நாம் போருடாக இன்றைய ஈழப் போர்வரை இது தொடர்கின்றது. ஈழப் படைப்புக்கள் பல போரை உடைத்து பகுப்பாய்வு செய்கின்றன. அமெரிக்கா போன்ற வல்லரசுகள் போரின் தோல்வியை இப்படைப்புகளின் ஊடாக வெற்றியாக மக்கள் மனதில் மாற்ற முயல்கின்றன. வியட்நாம் போரின் பின்னர் வெளிவந்த ரம்போ படம் இதற்குச் சிறப்பான உதாரணம். மற்றொரு புறம் ஆமெனியா மக்களைப் படுகொலை செய்த (முள்ளிவாய்க்கால் போன்ற படுகொலைகள்) துருக்கிய அரசை விமர்சித்துக் கனடிய இயக்குனர் Atom Egoyan ARARAT என்ற படத்தை இயக்கியிருந்தார். இப்படம் சர்வதேச அளவில் மீண்டும் ஆமேனியப் படுகொலைகளை மீள் பார்வை செய்தன. Calendar என்ற படத்தின் தொடர்ச்சியாகவே ARARATஐ இயக்கியிருந்தார். இவ்விரு படங்களும் ஆமேனியப் படுகொலைகளைக் கடுமையாக விமர்சித்தன. இன்றுவரை ஆமேனிய மக்களிடம் துருக்கிய அரசு மன்னிப்புக் கேட்கவில்லை என்பது Atom Egoyanஇன் ஆதங்கம்.

வியட்நாம் போரின் பின்னர் ஒருபுறம் போரின் தோல்வியை மறைக்க ரம்போ போன்ற படங்களை ஹொலிவுட் வெளியிட்டபோதும் ஒலிவர் ஸ்ரோன் போன்ற இயக்குனர்கள் கடுமையான விமர்சனப் படங்களையும் பதிவு செய்திருந்தனர். இவ்வாறான படங்களில் இராணுவ வீரர்களின் மனோநிலையும் ஒரு இராணுவ வீரனாக அவர்கள் செய்யும் வன்முறையும் பதிவிலிடப்பட்டது. போரின் பின்னரான இவர்களது வாழ்வைப் பற்றியும் பல படங்கள் வெளிவந்துள்ளன. எனவே போர் என்பது கலைப் படைப்புக்களுடாக ஆய்வு செய்யப்படவேண்டும். கட்டுடைக்கப்படவேண்டும். போர் பற்றிய உண்மைகள் வெளிக் கொணரப்பட வேண்டும். அவ்வகையில் ஈழப் போரும் ஆய்வு செய்யப்படவேண்டும்.

போருக்குப் பின்னர் வெளிவந்த ஈழப் போர் பற்றிய படைப்புக்களில் முக்கியமானவை என்பவற்றில் நான்கு படைப்புக்களை இங்கு விரிவாக பார்ப்பது நல்லது. இவை நான்கில் மூன்று தமிழ்ப் படைப்புக்களாகவும் ஒன்று தமிழ் சிங்கள இரு மொழிப்படமாகவும் உள்ளது. இவற்றுள் ஒன்று ஒரு குறும் படம். பாரிசில் வாழும் புலம்பெயர் தமிழர் "சதா பிரணவன்"னின் "ஒரு போராளிக்கு இட்ட பெயர்" குறும் படம் போருக்குப் பின்னான வாழ்வியலைப் பகுப்பாய்வு செய்கின்றது.

The lives of others என்ற ஜேர்மனியப் படத்தில் 1984இல் Stasi என்ற கிழக்கு ஜேர்மனிய அரச பாதுகாப்புப் படை அதிகாரிக்கு Gerd Wiesler (Ulrich Mühe) நாடகரும் எழுத்தாளருமான Georg Dreyman (Sebastian Koch)ஐ உளவு பார்க்கும் STASI உத்தரவிடுகின்றது. இதன் பின்னர் எழுத்தாளர் பல கடுமையான துயரங்களை அனுபவிக்கின்றார். பேர்லின் சுவரின் வீழ்ச்சியின் பின்னர் முன்னாள் கிழக்கு ஜேர்மன் அதிகாரி Gerd Wiesler ஒரு புத்தகக் கடையை கடந்து செல்லும்போது கடையின் கண்ணாடி யன்னலின் ஊடாக ஒரு புத்தகத்தைப் பார்க்கின்றார். அந்த நூலை எழுதியிருப்பவர் இவரால் உளவு பார்க்கப்பட்ட எழுத்தாளர். புத்தகத்தின் முன்பக்கத்தில் புத்தகம் இவருக்காக சமர்ப்பணம் செய்யப்பட்டிருக்கின்றது. புத்தகத்தை இவர் வாங்கிய போது, கடைக் காசாளர் புத்தகத்தை யாருக்காவது பரிசாக அளிக்கப்போகின்றீர்களா? நான் இதனைப் பரிசுப் பொதியாக்குவதா? எனக் கேட்டார் இல்லை அது எனக்கு என இவர் பதிலளித்தார்.

இவ்வாறு போரின் போது அதிகாரிகளாக இருப்போர் போரின் பின்னர் வேறு நிலையில் இவர்களால் பாதிக்கப்பட்டவர் களைச் சந்திக்க வேண்டி வரும். இவ்வாறு சந்திக்கும் இருவரைப் பற்றிய குறும் படமே "போராளிக்கு இட்ட பெயர்". இநதிய பாதுகாப்புப் படையின் காலகட்டத்தில் பாடசாலைக்குச் சென்றுகொண்டிருந்த மாணவன் கடத்தப்பட்டு சித்திரவதை செய்யப்படுகின்றான். அவனது ஆண்குறியில் கம்பியால் குத்தப்படுகின்றது. இதனைச் செய்தவர் ஒரு தமிழர். பாதிக்கப் பட்டவர் இன்று பாரிசில் வாழ்கின்றார். தனது நிலையைத் தாயிடமும் சொல்ல முடியாத அவலம். தாய் திருமணத்துக்காகப் பெண்களின் படத்தை அனுப்பவும் அவற்றை ஒரு ஏக்கத்துடன் பார்ப்பதுடன் வேறு எதுவுமே செய்ய முடியாத நிலையில் உள்ளார். இவரது அண்ணன் எங்கே என்று கேட்டே இவர் சித்திரவதை செய்யப்பட்டார். ஒருநாள் சலூனில் முடி வெட்டிக் கொண்டிருக்கும்போது தன்னைச் சித்திரவதை செய்த தமிழரைக் கண்டுவிடுகின்றார். முதலில் துவக்கு ஒன்று தேடுகின்றார். இறுதியில் அவர் செல்லும் இடமறிந்து அவரை துரத்திச் சென்று அடித்தபோது அவர் கூறுகின்றார் "நானும் ஒரு பலிகடா". தன்னைப் பாதுகாப்பு அதிகாரிகள் உன்னை அடிக்குமாறு துன்புறுத்தினார்கள். அதனால்தான் செய்தேன் என்றார். பாதுகாப்பு அதிகாரிகளின் அடிக்குப் பயம். நான் விரும்பிச் செய்யவில்லை. நானும் ஒரு முன்னால் போராளி. என்னை எல்லோரும் துரோகியாகத்தான் பார்க்கின்றார்கள். போராளியாக பார்க்க மறுக்கின்றார்கள். உன்னைப்போல்

தான் நானும் பாதிக்கப்பட்டவன். நீ கூறுவது போல் உன் கையால் சாவதை நானும் விரும்புகின்றேன் என்றார். நீண்ட காலமாகத் தனது மனதில் துரோகி என நினைத்த ஒருவன் இன்று தன்னைப்போல் பாதிக்கப்பட்டவன். இலங்கையில் 1983 இனக் கலவரத்தின்போது சிறையில் இருந்த பல தமிழ்க்கைதிகள் சிங்களக் கைதிகளால் கொல்லப்பட்டனர். மிகுதிக் கைதிகள் சிலர் மட்டக்களப்பு சிறை உடைப்பில் தப்பி விடுதலை இயக்கங் களில் இணைந்தனர். வேறு சிறைகளில் இருந்தோர் பலர் நீண்ட காலம் சிறைகளில் இருந்தனர். அவ்வாறு சிறையில் இருந்த ஒருவரையே இந்திய இராணுவம் தமிழ்க் கைதிகளைப் சித்திரவதை செய்யப் பயன்படுத்தியது. சித்திரவதைக் கூடத்தில் கைகட்டி சித்திரவதையைப் பார்க்கின்றனர் இந்திய இராணுவத்தினர். இக்காட்சி பொதுவாகவே உலக இராணுவங்களின் மனோ நிலையை வெளிப்படுத்துகின்றது. ஒரு போராளி எந்த மக்களுக்காகப் போராடினாரோ அந்த மக்களையே சித்திர வதை செய்கின்றார். அவர் இங்கு பலிகடாவாகக் கட்டாயப் படுத்தப்படுகின்றார். ஆரம்பக் காட்சிகளில் இவரும் ஒரு மனோநிலை குழம்பித் தனது மனசாட்சிக்குப் பயந்து ஒரு குற்ற உணர்வுடன் வாழ்கின்றது காட்டப்படுகின்றது. இக் குறும்படம் போரின் பல்வேறு பரிமாணங்களை வெளிப்படுத்துகின்றது. போராளி – துரோகி, அரச இயந்திரத்தின் கூர்மையான செயல்பாடுகள், பாதிக்கப்பட்டோரின் வாழ்வு, அகதி நிலை, போரினால் ஏற்படுத்தப்படும் மனோநிலைச் சிக்கல்கள் எனப் பல தளங்களில் படம் பயணிக்கின்றது. இதனை இயக்கி யிருப்பவர் சதா பிரணவன். தேடல் அதிகமுள்ள இளைஞர். இக் குறும்படத்தில் பாதிக்கப்பட்ட இளைஞராக இவரே இயல்பாக நடித்திருக்கின்றார்.

முன்னால் போராளியாகவும் பலிகடாவாகவும் பயணிக்கும் இளைஞன் குற்ற உணர்வின் சித்திரவதைகளைத் தாங்கிக் கொண்டு பயணிக்கின்றார். இந்த ஆழமான பார்வை ஒரு குறும் படத்தில் வெளிப்படுவது சிறப்பானது. போரின் பின்னர் வெளிவந்த முக்கியக் குறும்படங்களில் குறிப்பிடத்தக்கது இப்படம். யாழ்ப்பாணப் பல்கலைக்கழக மாணவர்கள் இயக்கிய “ஏன்” என்ற படமும் போரினை மீள் ஆய்வு செய்யும் மற்றொரு குறும்படம்.

A Gun and A Ring மேற்குறிப்பிட்ட படத்தின் இயக்குனர் லெனின் சிவம். இது இவரது மூன்றாவது படம். இவரது இரண்டாவது படமான 1999 வன்கூவர் சர்வதேச திரைப்படவிழாவில் திரையிடப்பட்டது. இப்படம் இதுவரை மூன்று சர்வதேச திரைப்பட விழாக்களில் திரையிடப்பட்டுவிட்டது.

தமிழ்ப் படங்கள் சர்வதேசத் திரைப்பட விழாக்களில் திரையிடப்படுவது என்பது மிகவும் குறைந்தே காணப்படுகின்றது. இந்நிலையில் புலம்பெயர் திரைப்படங்களும் குறும் படங்களும் சர்வதேசத் திரைப்பட விழாக்களில் பரவலாகத் திரையிடப்படுகின்றன. 2008இல் Chris Chong Chan Fui இயக்கிய Block B என்ற தமிழ்க் குறும்படம் ரொரண்ரோ சர்வதேசத் திரைப்படவிழாவில் சிறந்த குறும்படத்துக்கான விருதைப் பெற்றது. இப்படம் மலேசியாவில் படமாக்கப்பட்டது.

A Gun and A Ring படமும் சங்காய் திரைப்படவிழாவில் சிறந்த படத்துக்கான இறுதிச் சுற்றுக்குத் தேர்வாகியிருந்தது. லெனின் நல்ல படங்களை எடுக்கவேண்டும் என்ற தேடல் சேரன், அகிலன், கங்கா, மயு மனோ போன்ற படைப்பாளிகளையும் இப்படத்தில் இணைத்துள்ளது. மாற்று சினிமா பற்றிப் பேசுபவர்கள் கூட்டு முயற்சி பற்றிக் கூறுவார்கள். அப்படியான ஒரு கூட்டு முயற்சியே இப்படம் என லெனின் தெரிவித்தார். 14 நாட்களில் 100000 டொலர்களில் (இன்றைய மதிப்பின் படி 60லட்சம் இந்திய ரூபாய்கள்) இப்படத்தைத் தயாரித்துள்ளார்கள். Post Productionக்கு மட்டும் 35 ஆயிரம் டொலர்கள் செலவளித்துள்ளார்கள். இப்படத்தில் நடித்த ஒரு நடிகருக்கு மாத்திரமே ஒரு நாளைக்கு 150 டொலர்படி நான்கு நாட்களுக்கு 600 டொலர்கள் கொடுக்கப்பட்டது. அனைத்து சகல நடிகர்களும் இலவசமாகவே நடித்துள்ளனர். ஒளிப்பதிவாளரும் பணம் எதுவும் வாங்கவில்லை. இவ்வாறான கூட்டு முயற்சியே இப் படத்தைச் சங்காய், மொன்றியல் போன்ற சர்வதேசத் திரைப்பட விழாவிற்குக் கொண்டு சென்றுள்ளது.

ஒருகாலத்தில் ஈழப் போரில் பங்குபற்றிய முன்னால் போராளி இன்று குடும்பத்துடன் ரொரண்ரோவில் வாழ்கின்றார். இவர்களது மகன் ஒருபாலியலாளர். இவர் தற்கொலை செய்து கொள்கின்றார். இப்போராளியால் பாதிக்கப்பட்ட இளைஞன் ஊருக்கு நல்லது செய்யும் ஒரு புலம்பெயர் சமூக முக்கியஸ்தர். இவரது மனைவி ஈழத்தில். இவர்களது சிறுமகள் பூங்காவிற்கு வரும்பொழுது அச்சிறுமியைப் பாலியல் வல்லுறவு செய்ய விரும்பும் வெள்ளை இனத்தவர். போரால் பாதிக்கப்பட்ட பெண்ணைத்தான் திருமணம் செய்வேன் எனக் கூறி ஒரு பெண்ணை ஊரில் இருந்து அழைத்து அப்பெண் விமான நிலையம் வந்தபோது அவளைச் சென்று கூட்டி வராத மற்றொரு புரட்சி இளைஞன். இப்பெண்ணுக்கு அடைக்கலம் கொடுத்து விட்டுத் தனது மகளுக்கு இளம் வயதிலேயே திருமணம் செய்து வைக்க முயலும் பெண். வெள்ளை இனத்தவன் சிறுமியை கடத்த முயல்கின்றான் எனத் தெரிந்தும் தான் சாதனை

செய்வதற்காக சந்தர்ப்பத்துக்காகக் காத்திருக்கும் பொலிஸ் அதிகாரி. அதனால் அச் சிறுமி வெள்ளை இனத்தவனால் பாலியல் வல்லுறவுக்குள்ளாகி கொலையும் செய்யப்படுகின்றாள்.

போரால் பாதிக்கப்பட்டு Shelter எனப்படும் பாதிக்கப் பட்டவர்களின் தங்குமிடத்தில் தங்கியிருக்கும் சூடான் நாட்டு இளைஞன். இவர்களின் வாழ்வியல் சம்பவங்களை வெளிப்படுத்துவதே இப்படம். ஏதோவொரு சங்கிலிபோல் இவர்களுக்குள் இணைப்பு ஏற்படுகின்றது.

முன்னால் போராளியின் நடவடிக்கைகள் கோவிந்தனின் புதியதோர் உலகம் நாவலை நினைவு படுத்துகின்றது. போராளி யாக கங்கா இயல்பாக நடித்துள்ளார். போராளியாக துப்பாக்கி யுடன் பயணிப்பவன் தனது இயல்பு நிலைக்கு மாற பல காலம் செல்லும். மனைவி மகன் என இயல்பு நிலைக்கு மாறிச் சில காலங்கள் வாழ்ந்த பின்னரும் அடி மனதில் இவரது வன்முறை வாழ்வு இவரை விட்டுச் செல்லவில்லை. லெனின் இதனை ஒரு தனது மனச்சாட்சியின் வெளிப்பாடாக ஒரு தமிழ்ப் போராளியின் உள உளைச்சலின் பாதிப்பாக வெளிப் படுத்தியுள்ளார். இங்கு ஒரு கேள்வி எழுகின்றது. சிங்கள இராணுவ வீரர்களின் நிலை என்ன? இவர்களிடமும் இந்த உளவியல் தாக்கங்கள் இருக்கும். இவர்கள் நாளை இயல்பு நிலைக்கு மாறிச் சமூகத்தில் வாழமுடியுமா? இதனை லெனின் கேள்வியாகக் கூறவில்லையாயினும் இப்பாத்திரத்தின் பன்முகப்

பரிமாணமாக வெளிப்படுகின்றது. இன்று தமிழ்ப் பிரதேசங்களைச் சுற்றி நிற்கும் இராணுவத்தின்மீதும் இக்கேள்வி எழுகின்றது.

நீண்ட காலமாக உலகம் இவ்வாறான கேள்விக்கு விடை தேட முயற்சிக்கின்றது. அமெரிக்க இராணுவ வீரர்களின் போரின் பின்னால் உள்ள வாழ்வின் கொடூரங்களைப் பல படங்கள் பதிவு செய்துள்ளன.

போரால் பாதிக்கப்பட்டு கனடா வரும் பெண்ணும் அப் பெண் தங்கியிருக்கும் *(Shelter)* இல்லத்தில் தங்கியிருக்கும் சூடான் இளைஞருக்குமிடையில் நட்பு ஏற்படுகின்றது. இது இறுதியில் இவர்களை இணைக்கவும் செய்கின்றது. போர் என்பது உலகில் சகலருக்கும் ஒன்றே. உயிர் இழப்பில் தொடங்கி அகதி என ஓடி வாழ்வு ஆட்டம் காண்கின்றது. மிகப் பெரிய அளவில் உயிர் இழப்புக்களைக் கண்ட நாடுகளில் சூடானுக்கும் முக்கிய இடமுண்டு. இதேபோல் தமிழ் மக்களும் பல ஆயிரம் பேர் படுகொலை செய்யப்பட்டனர். இவர்கள் இருவரையும் ஒரே கோட்டில் இணைத்து இயல்பாகப் போரின் வலியை இயக்குனர் வெளிப்படுத்தியுள்ளார். இது நட்பாகவும் ஒரு ஆதரவாகவும் இருக்கலாம். ஆனால் இது திருமணத்தில்தான் முடிய வேண்டும்?

இப்படமும் பல தளங்களில் பயணிக்கின்றது. புலம் பெயர் வாழ்வு, பாலியல் தேர்வுகளை ஏற்றுக்கொள்ள மறுக்கும் இறுக்கமான கட்டமைப்புக் கொண்டுள்ள சமூகங்களால் ஏற்படும் விளைவுகள் இழப்புக்கள் ஓரின ஒரு பாலியலாளரை ஏற்றுக்கொள்ள மறுக்கும் புலம்பெயர் தமிழ்ச் சமூகம், அதிகாரிகளின் துஸ்பிரயோகங்கள், போராளியாக துப்பாக்கி யுடன் வாழ்ந்து பலரைச் சுட்டுவிட்டு, ஒரு இயல்பு வாழ்வுக்கு வாழும் போராளியின் மனோநிலை, போரினால் பாதிக்கப் பட்டோர், போர் ஏற்படுத்தியுள்ள மனோநிலைச் சிக்கல்கள், குற்ற உணர்வுகள், அகவலிகள் போன்ற தளங்களில் தனது விமர்சனப் பார்வையை இப்படம் முன்வைக்கின்றது.

வன்முறைக்கு எதிராகத் தனது குரலைச் சில பாத்திரங் களுக்கூடாக வெளிப்படுத்தும் லெனின் வேறு சில பாத்திரங் களுக்கூடாக வன்முறைக்குச் சார்பாக மாறுவது இப் படத்தின் முரணாகும். பல்கலைக்கழகப் படிப்புக்கு விரும்பும் பெண்ணைத் திருமணத்துக்கு வற்புறுத்தும் தாயைக் கொல்ல வேண்டும் எனக் கூறும் மகள், தன்னைத் திருமணத்துக்கு வற்புறுத்தும் தந்தையைக் கொல்ல துப்பாக்கி பெறும் மகன் போன்றவர்களின் மனோநிலையை லெனின் இன்னமும் கடுமையாக விமர்சித்திருக்கலாம் . . .

லெனின் இப்படம் போருக்குப் பின்னரான படைப்புக்களில் ஒரு முக்கியமான பதிவு. இசை, ஒளிப்பதிவு, நடிகர் தேர்வு போன்றவற்றில் அதிக கவனம் செலுத்தியிருந்தால் இப்படம் பிரதான திரைப்பட விழாக்களைச் சென்றடைந்திருக்கும். தமிழுக்கு லெனினின் இப்படம் ஒரு புதிய விடயத்தை முன் வைத்துள்ளது. இதுவரை எவரும் முன்வைக்காத விடயங்களைப் பதிவு செய்துள்ளது. இனி வரும் காலங்களில் புலம் பெயர் படங்கள் தமிழச் சர்வதேசத் திரைப்பட விழாக்களில் பிரதிநித்துவம் செய்யும் என்பதற்கு இப்படம் ஒரு சான்று.

சிங்களப் படங்கள்

இலங்கை இனப் பிரச்சினையை மையமாகக் கொண்டு பல சிங்களத் திரைப்படங்கள் வெளிவந்துள்ளன. பிரசன்னா விதானகே ra Madiyama" (August Sun)(2003), Pura Handa Kaluwara (Death on A Full moon day)(1997), With you, with out you (2013) ஆகிய போர் பற்றிய படங்களை இயக்கியுள்ளார். விமுக்தி ஜயசுந்தர Forshaken Land என்ற படத்தை இயக்கியுள்ளார். அசோக ஹங்கம Me Maga Sandai (This is my moon) மற்றும் இனி அவன் ஆகிய படங்களை இயக்கியுள்ளனர். மேற்குறிப்பிட்ட மூவரும் ஓரளவிற்குச் சமநிலையில் இனப்பிரச்சினையை வெளிப் படுத்த முயற்சித்துள்ளனர். இவர்களைவிட மேலும் சில சிங்கள இயக்குனர்கள் இனப் பிரச்சினையை நியாயபூர்வமாகத் தமது படைப்புக்களில் அணுகியுள்ளனர்.

சிங்களத் திரைப்பட உலகின் முண்ணனி இயக்குனர் தர்மசேன பத்திராஜா SOLDADU UNNAHE (The Old Soldier) என்ற படத்தை இயக்கியிருந்தார். இப்படம் 1981இல் வெளிவந்தது. இப்படத்திலும் இராணுவ வீரர்கள் ஒரு சடப்பொருளை ஒத்தவர்கள். அதிகாரத்துக்காக அடிமையாக உழைப்பவர்கள் என தர்மசேனா பத்திராஜா குற்றஞ்சாட்டியிருந்தார். இனப் பிரச்சினையின் ஆரம்ப உச்சக்கட்ட காலப்பகுதியில் இப் படம் வெளிவந்திருந்தது குறிப்பிடத்தக்கது.

காமினி பொன்சேகாவின் இரு மொழிப்படமான சருங்கலே மற்றும் நொமியன மினிசுன் போன்ற படங்களில் தமிழ் மக்களின்மீதான இனவெறியை விமர்சித்துள்ளார். இதில் சருங்கலே யாழ்ப்பாணத்தில் உள்ள கரவெட்டி பிரதேசத்தில் படமாக்கப்பட்டுள்ளது. காமினி பொன்சேகா இலங்கையில், தமிழ்நாட்டில் எம்.ஜி.ஆர்.க்கு உள்ள செல்வாக்கு போன்று பலமான ரசிகர்களின் ஆதரவு பெற்றவர். பின்னாற்களில் வட –கிழக்கு மாகாணத்தின் கவர்னராகவும் கடமையாற்றியுள்ளார்.

சோமரட்டண திசநாயக்காவின் சரோஜா, குட்டித் தேவதை *(Punchi Suranganavi)* ஆகிய இரு மொழிப் படங்களை (தமிழ் – சிங்கள) இயக்கியுள்ளார். இவை பற்றிய எதிர் விமர்சனங்கள் அதிகளவில் உள்ளன.

இவற்றைவிட வெளிவந்த பெரும்பாலான சிங்களப் படங்கள் இனவாதத்தையே கக்கின.

இனி அவன்

ஈழப்போரின் பின்னர் வெளிவந்த திரைப்படம் இனி அவன். இதனை இயக்கியிருப்பவர் அசோக ஹங்கம. ஏற்கனவே பல தேசிய இனப்பிரச்சினை பற்றிய படங்களை இயக்கியுள்ளார். இவர் போரைப் பற்றிக் கூறிய விடயம் இங்கு முக்கியமானது. "யுத்தத்தில் இராணுவத்தின் தியாகம் என்பதும் தேசத்துக்காக நாட்டு மக்களுக்காக என்று கூறப்படுபவையும் வெறும் அரசியல் கோசங்கள். வேறு தொழில் இல்லாமையினால் வாழ்க்கையைக் கொண்டு நடாத்தவே இராணுவத்தில் சேர்கின்றனர்".

இவரது *Me Maga Sandai (This is my moon)* என்ற படத்தில் போரின்போது இராணுவச் சிப்பாயிடம் தமிழ்ப் பெண் சென்றடைகிறாள். சிப்பாய் இவளைக் கண்டதும் சுட முயற்சிக் கிறான். அவள் தனது சங்கிலியைக் கழற்றுகிறாள். ஆனால் அவன் குறி வைப்பதில் இருந்து விலகவில்லை. அடுத்து பாவாடையைத் தூக்குகிறாள். முகத்தை மூடிக் கொள்கிறாள். அவன் புணர்கிறான். அவனைத் தொடர்ந்து அவளும் கிராமத்துக்குச் செல்கிறாள். இவளது வருகை அவனது முறைப் பெண்ணுக்குப் பயத்தை ஏற்படுத்துகிறது. கிராமத்தில் சிப்பாயின் அண்ணன், மாணவன் போன்றோரால் அவள் பாலியல் வல்லுறவுக்குள்ளாகிறாள். இறுதியாக அருகில் உள்ள பௌத்த விகாரையில் தஞ்சம் அடைகிறாள். மறுநாள் காவியுடையை அநாதரவாக விட்டு விட்டுப் பிக்கு காணாமல் போய்விடுகிறார். இறுதியில் இப் பெண்ணுக்குப் பிறக்கும் பிள்ளையைக் கைகளில் ஏந்தி இது என் நிலா என்கிறான் இராணுவச் சிப்பாய்.

இப்படத்தில் இவர் முன்வைத்துள்ள கருத்துக்களும் இராணுவத்தின் கொடுமையான வன்முறைகள் மீதாக இவர் எழுப்பும் உளவியல் சமாதானக் குரல்களும் கடுமையாக விமர்சிக்கப்படவேண்டியவை. இறுதியில் இராணுவச் சிப்பாய் கைகளில் ஏந்தி "இது என் நிலா" என்பது பல கேள்விகளை இவர் மீது எழுப்பியது.

அசோக ஹங்கம போரின்போதும் பின்னரும் வட – கிழக்கிற்குப் பல தடவைகள் சென்று வந்துள்ளார். போரின்

பின்னர் இவர் வடக்கிற்குச் சென்றபோது முன்னால் போராளி ஒருவர் சாரதி பத்திரம் பெறுவதற்கு இருபதாயிரம் ரூபாய்கள் இன்றி அவலப்பட்டதைக் கண்டுள்ளார். இப்போராளியால் நன்றாக வாகனங்களை ஓட்ட முடியும். இங்கு இருபதாயிரம் என்பது லஞ்சம் உட்பட செலுத்த வேண்டிய பணத்தையே குறிக்கின்றது. இவ்வாறான உண்மைச் சம்பவங்களே "இனி அவன்" என்ற படத்தைத் தன்னை எடுக்க தூண்டியதாக செவ்வி ஒன்றில் அசோக குறிப்பிட்டுள்ளார்.

"இனி அவன்" முற்று முழுதாக யாழ்ப்பாணத்தில் படமாக்கப்பட்டுள்ளது. இப்படம் இரு பகுதிகளைக் கொண்டுள்ளது. முதலாவது பகுதியில் ஒரு முன்னால் போராளி யாழ்ப்பாணத்திற்குத் திரும்புகின்றார். அதன் பின்னர் இவரை யாழ் சமூகம் எவ்வாறு பார்க்கின்றது. இவர் அச்சமூகத்தை எவ்வாறு எதிர் கொள்கின்றார் என்பதே முதல் பகுதி. இதன் பின்னர் இவர் ஒரு நகைக்கடையொன்றில் வேலை பார்க்கின்றார். அங்கு இவர் எதிர்கொள்ளும் சம்பவங்கள் இரண்டாம் பகுதியாக உள்ளது. இரண்டாம் பகுதி போரின் பின்னால் எழுந்துள்ள சட்டபூர்வமற்ற செயற்பாடுகளை விமர்சிக்கின்றது. இதற்கு இப்போராளி பலியாகின்றான். இது ஒரு மாபியா போன்ற சூழலை ஏற்படுத்தியுள்ளது. இதனை மாற்றாவிடின் முன் அரசியல் தீர்வு சாத்தியமற்றது என்பது அசோக ஹங்கமவின் கருத்து; இச் சம்பவங்கள் நடைபெறும் களம் 24 மணிநேரமும் இராணுவமயமாக்கப்பட்டுள்ள பிரதேசம். இச் சம்பவங்களுக்கும் அரச இயந்திரங்களுக்குமான தொடர்பு என்ன? அவர்கள் தான் இந்த மாபியா சூழலை உருவாக்கியுள்ளார்களா? அசோக ஹங்கம தெளிவாக வெளிப்படுத்தத் தவறிவிட்டார். மருந்துக்குக்கூட இராணுவத்தை இப்படத்தில் காணவில்லை. இதற்கிடையில் இந்த மாபியாவுக்குள் புலம்பெயர் தமிழனும் உள்ளதாகக் காட்டுகின்றார். ரொரண்ரோவில் நடைபெற்ற திரையிடலுக்குப் பின்னரான கேள்வி ஒன்றுக்குப் பதிலளித்த அசோக இச்சூழலுக்கு ஆளும் கட்சி ஆதரவாளர்களே காரணம் என மறைமுகமாகக் கூறினார். இதனைப் படத்தில் வெளிப்படுத்தத் தவறிவிட்டார்.

முதலாவது பகுதியில் யாழ் சமூகம் அசோக ஹங்கமவினால் கடுமையாக விமர்சிக்கப்படுகின்றது. முன்னால் போராளிகள் களத்தில் இருந்தபோது அவர்களின் செயற்பாடுகளை யாழ் சமூகத்தின் ஊடாக விமர்சிக்கின்றார்.

புனர்வாழ்வு பெற்ற போராளிகள் இப்படம் படமாக்கப் பட்ட காலத்தில் சுதந்திரமாக நடமாடக்கூடிய சூழல்

இருந்ததா? இயல்புக்கு மாறான நிலையிலேயே படத்தின் தளம் உள்ளது. யாழ்ப்பாணத்தின் ஒவ்வொரு அசைவும் உளவு பார்த்தபடியே உள்ளது. இது போன்ற சூழல் முன்னர் கிழக்கு ஜேர்மனி, சோவியத் யூனியன் போன்ற பிரதேசங்களில் காணப்பட்டுள்ளது. இன்று அமெரிக்காவிலும் ஒவ்வொரு பிரசையும் கண்காணிக்கப்படுகின்றார்.

இவர் இப்படத்தில் முன்வைக்கும் கருத்தியலில் ஒரு பக்கச் சார்பு இருப்பதாகவே படுகின்றது. பல காட்சிகளுக்குப் பொதுவாக நடைபெறாதவற்றையே படமாக்கியுள்ளார். சிங்கள மக்களை தமிழ் மக்கள் சார்ந்திருக்க வேண்டும் என்ற கருப்பொருள் இவரது "இது என் நிலா" படத்தைப் போன்று இப்படத்திலும் வெளிப்படுகின்றது. அண்மையில் நடைபெற்ற வடமாகாணத் தேர்தலில் முன்னால் போராளி ஒருவரின் மனைவி அதிகளவு வாக்குகளைப் பெற்றுள்ளார். இது அசோக ஹங்கமவின் கருத்துக்கு எதிராகவே உள்ளது.

இவர் இப்படத்தைத் தமிழிலேயே எடுத்துள்ளார். ஏன்? என்ற கேள்வி எழுகின்றது. மீண்டும் ஒரு போர் வரக் கூடாது என்பதில் அசோக தெளிவாக உள்ளார். தமிழ் மக்களின் பிரச்சினையை அசோக ஹங்கம புரிந்து கொள்ளவில்லை. அவர்களது உணர்வு களை அறியவில்லை. தனது மனச்சாட்சியையும் இவர் தட்டி யெழுப்பத் தவறிவிட்டார்.

அசோக ஹங்கம இப்படத்தை இலங்கையின் பல பாகங்களில் திரையிட்டுக் கலந்துரையாடலில் நேரடியாக ஈடுபட்டமை இங்குக் குறிப்பிடத்தக்கது. இப்படம் ஒரு சிறந்த கலைஞனின் மனச்சாட்சியாக இல்லை என்பது வருத்தத்தையளிக்கின்றது.

With You, With out you

அடகுக் கடை வைத்திருக்கும் ஒரு சிங்களவருக்கு அக்கடைக்கு அடிக்கடி வரும் ஒரு தமிழ்ப்பெண்மீது ஒரு ஈர்ப்பு ஏற்படுகின்றது. அப்பெண்ணிற்கு அப்பெண்ணின் உறவினர்கள் வயது முதிர்ந்தவரைத் திருமணம் செய்து வைக்கப்போகின்றார்கள் என அறிந்து இவர் அப்பெண்ணைத் திருமணம் செய்து கொள்கின்றார். இவர்களின் திருமணத்தின் பின்னர் ஒரு நாள் அடைவுக் கடைக்காரரின் நண்பர் இவர்களது வீட்டில் வந்து தங்குகின்றார். நண்பர் மூலம் அடைவுக் கடைக்காரரின் முந்தைய வாழ்வு தெரியவருகின்றது. இவர் முன்னர் இராணுவத்தில் வேலை பார்த்தவர் என்பது தெரியவருகின்றது. இது இவரது தமிழ் மனைவிக்கு அதிர்ச்சியளிக்கின்றது. இத்தமிழ்ப் பெண்ணின் குடும்பம் இராணுவத்தால் சிதைக்கப்பட்டுள்ளது. அனைவரும்

கொல்லப்படுகின்றனர். இப்பொழுது இப்பெண்ணிற்கு உளச்சிக்கல். தனது குடும்பத்தைக் கொன்றவருடன் எப்படி வாழ்வது என்பது அவளின் கேள்வி. தனது அடைவுக் கடையை ஒரு முஸ்லீம் வர்த்தகரிடம் விற்று விட்டு மனைவியின் விருப்பமான இந்தியாவிற்குச் செல்வதை நிறைவேற்ற முயற்சிக்கின்றார். பணத்துடன் வரும்போது இவரிற்கு அதிர்ச்சியான செய்தி ஒன்று காத்திருக்கின்றது. இவரது மளைவி தற்கொலை செய்து கொள்கின்றார்.

"A Gentle Creature" by Fyodor Dostoyevsky என்ற சிறு கதையை மையமாகக் கொண்டே இப்படத்தை பிரசன்னா உருவாக்கியுள்ளார். இப்படத்தில் தமிழ்ப் பெண்ணாக மராத்திய நாடகரான அஞ்சலி பட்டீல் மிகவும் சிறப்பாக நடித்திருந்தார். இவர் சில ஹிந்திப் படங்களிலும் நடித்துள்ளார். முன்னாள் இராணுவ வீரனாக இயல்பாக நடித்துள்ள சியாம் பெனான்டோவும் ஒரு நாடகராவார்.

இப்படத்தை றொரண்றோவில் சிறப்புக் காட்சியாக மார்க்கம் யோர்க் அரங்கில் சுயாதீன திரைப்படக் கழகம் திரையிட்டிருந்தது. இதன் பின்னர் பிரசன்னாவுடனான கலந்துரையாடலும் இடம் பெற்றிருந்தது. எனது சிங்கள இனத்தின் கொடுமைகளுக்கு எதிராக எனது மனச்சாட்சியைப் பதிவு செய்துள்ளேன் என பிரசன்னா கலந்துரையாடலில் தெரிவித்தார். இறுதியில் தமிழ் மனைவி தற்கொலை செய்வது சிங்கள அரசு தமிழ் மக்களையும் அவர்களது உரிமைகளையும் கொலை செய்து விட்டது என்பதையே காட்டுகின்றது. தமிழ்

மக்களுக்கு சம உரிமைகள் வழங்கப்படவேண்டும். இல்லையேல் சிங்கள மக்களுடன் சேர்ந்து வாழ்வது சாத்தியமில்லை என்பதையும் இப்படம் தெளிவாகக் குறிப்பிடுகின்றது. படத்தின் இறுதியில் இவரது அடவுக் கடையை ஒரு முஸ்லீம் வர்த்தகர் வாங்குகின்றார். இன்று இலங்கையில் முஸ்லீம்கள் தொடர்ச்சியாக வர்த்தகரீதியில் பலமானவர்களாக மாறுகின்றனர். 1915இல் சிங்கள முஸ்லீம் இனக்கலவரம் ஏற்பட்டது. படத்தில் காட்டப்படும் இச் சம்பவம் சாதாரணமானதாகவும் இயல்பானதாகவும் இருக்கலாம். ஆனால் அடுத்த கட்டத்துக்கான எச்சரிக்கை ஒன்றையும் இங்குப் பிரசன்னா பதிவு செய்ய தவறவில்லை. ஒரு கலைஞனாக கடந்தகாலத் துயரங்களையும் கொடூரங்களையும் நிகழ்கால யதார்த்தத்தையும் எதிர்கால விளைவுகளையும் அவர் இங்கு பதிவு செய்கின்றார். பிரசன்னா தனது ஆவணி வெய்யில் படத்தில் யாழ்ப்பாணத்திலிருந்து முஸ்லீம் மக்கள் வெளியேற்றத்தை விமர்சிக்கின்றார். இவர் ஒரு நேர்மையான படைப்பாளியாகவே செயல்பட்டுவருகின்றார்.

பொதுவாகவே பிரசன்னாவின் படங்களில் போர்க் காட்சிகள் இடம் பெறாது. ஆனால் போர்ச் சூழலின் கோர முகங்கள் இப்படங்களில் பதிவு செய்யப்பட்டிருக்கும். இவரது அனைத்துப் படங்களிலும் குற்ற உணர்வு ஒரு பாத்திரமாக மையமாக இருக்கும். இப்படத்தையும் ஒரு குற்ற உணர்வுடனேயே இவர் படமாக்கியுள்ளார். இவரது ஒவ்வொரு படத்திலும் நிறம் மாறுபட்டிருக்கும். ஆவணி வெய்யிலில் படம் முழுவதும் மதிய நேரம் கடும் வெயில் அனல் கொதிப்பது தெரியும். போரின் அகோரத்தை வெளிப்படுத்துகின்றது. இந் நிறம் மற்றும் சூழல். இப்படம் ஒருசில காட்சிகளைத் தவிர அனைத்துக் காட்சிகளும் இருளான பொழுதிலேயே படமாக்கப்பட்டுள்ளது. இது போர் முடிந்தும் இன்னமும் விடிவு பிறக்கவில்லை என்பதனை வெளிப்படுத்துகின்றது. இருள் சூழ்ந்த மனத்துடனேயே தமிழ் மக்கள் உள்ளார்கள் என்பதனைக் குறிக்கின்றது. இயற்கை ஒளியின் ஊடாகவே சூழல் அனர்த்தங்களையும் மனோநிலையையும் வெளிப்படுத்துகின்றார். இவரது படங்களின் பின்னணி இசையும் சூழலின் நிறங்களை வெளிப்படுத்தும்.

முன்னால் இராணுவ வீரன் தேர்ந்து எடுக்கும் தொழில் மனச்சாட்சியற்ற அடவு வைக்கும் கடை. கடின மனம் கொண்டவர்களாலேயே இத்தொழில் செய்ய முடியும். இது பிரசன்னா இராணுவ வீரர்கள்மீது தொடர்ச்சியாக முன்வைக்கும் விமர்சனமாகும்.

பிரசன்னா தமிழ் மக்களுக்கு உரிய முறையான தீர்வு வழங்கப்பட்ட பின்னரே சேர்ந்து வாழ்தல் சாத்தியம்

என்கின்றார். அசோக ஹங்கம முரண் நிலையில் தமிழ் மக்கள் சிங்கள மக்களைச் சார்ந்திருத்தல் அவசியம் என்கின்றார். இங்கு அசோக ஹங்கம ஒரு பக்கச் சார்பு நிலையிலேயே தனது பதிவை முன்வைக்கின்றார். இதனை ஒரு மேலாதிக்கப் பார்வை என்றுகூடக் கூறலாம். பிரசன்னா போர்ச் சூழலில் இருந்து சற்று விலகி உள்ள பிரதேசத்தில் தனது படத்தை உருவாக்கி போரின் கோரங்களை வெளிப்படுத்துகின்றார். அசோக ஹங்கம இராணுவம் 24மணி நேரமும் பரவியிருக்கும் பிரதேசத்தில் தனது படத்தினைப் படமாக்கியுள்ளார். களமும் அங்குதான் உள்ளது. ஆனால் மருந்துக்குக்கூட ஒரு இராணுவத்தையும் காணவில்லை. அதன் அழுத்தங்களையும் முகங்களையும்கூட படத்தினூடாகப் பெறமுடியவில்லை.

இங்கு சிலியில் 1973இல் அப்போதைய அதிபர் *Salvador Allende* கொடுமைகளை *Post Mortem* என்ற படம் பதிவு செய்திருந்தது. ஒரு பிரேதப் பரிசோதனைக் கூடம் சிலியின் அரச கொடுமைகளை இயல்பாக வெளிப்படுத்தியிருந்தது. தற்செயலாக ஒருவர் உயிரோடு அங்கு கொண்டுவரப்பட்டாலும் அவர் இறக்கப் படவேண்டும். இவ்வாறான சில கட்டளைகளுக் கூடாக இயங்கும் பிரேத பரிசோதனை அலுவலகம் அப்போதைய ஆட்சியின் முகமாக வெளிப்படுத்தியிருந்தார் இயக்குனர் *Pablo Larraín*.

அசோக ஹங்கம அரசு இயந்திரத்தின் அநீதிகளை வெளிப்படுத்துவதற்குப் பதிலாக மீண்டும் ஒரு போர் வெடித்து விடுமோ என்ற அச்சத்தில் முன்னால் போராளிகளை மக்கள் ஏற்றுக் கொள்ளமாட்டார்கள் என்ற கற்பிதத்துக்கு வருகின்றார். இவரும் அரசப் பிரதிநிதியோ என்ற அச்சம் படத்தைப் பார்த்தவுடன் எழுகின்றது.

போருக்குப் பின்னரான படைப்புக்கள் போரினால் ஏற்படுத்தியுள்ள உள்மனச் சிக்கல்களையும் போர் ஏற்படுத்தியுள்ள மனக் காயங்களையும் குற்ற உணர்வையும் கருப்பொருட்களாகப் பதிவு செய்கின்றன. இந்த மெய்யுணர்வு விளக்கத்தைச் சில படைப்பாளிகள் சிறப்பாக வெளிப்படுத்தத் தவறிவிடுகின்றார்கள். பிரசன்னா விதானகே, லெனின் சிவம், சதா பிரணவன் போன்றோர் இதனைச் சிறப்பாக வெளிப்படுத்தியுள்ளனர். போரினைக் கட்டுடைக்கும் இப்படைப்புக்கள் சமூக சக்தி களையும், ஆக்கிரமிப்புச் சக்திகளையும் இனம் காட்டத் தவறவில்லை. இவ்வாறான ஆழமான படைப்புகளின் தொடர்ச்சி போரின் கோரத்தையும் பன்முகத்தன்மையும் உலகிற்கு நினைவூட்டியவண்ணமே இருக்கும்.

நிழல்

தமிழ்த்தேசியமும் சிங்களத் திரைப்படங்களும்

தமிழ்த்தேசியமானது கடந்த 60ஆண்டுகளில் படிநிலைகளாக வளர்ச்சி அடைந்துள்ளது. 1956, 1976, 1983 இனக்கலவரங்கள் இவற்றை மேலும் கூர்மைப்படுத்தின. 1990இல், ஆண்டாண்டு காலமாக யாழ்ப்பாணத்தில் வாழ்ந்து வந்த முஸ்லிம் சமூகத்தினரை அவர்களின் வாழிடத்தில் இருந்து வெளியேற்றியபோது தமிழ்த்தேசியம் தனக்கொரு புதிய வடிவத்தை ஏற்படுத்திக்கொண்டது. தமிழ்த் தேசியமானது சாதியம், பிரதேசம், வர்க்கம் எனப் பலகூறுகளைக் கொண்டுள்ளது. இன்று இதுதான் தேசியம் என்ற நிலையை அடைந்துள்ளது. இவற்றை ஆராய்வது இக்கட்டுரையின் நோக்கமல்ல. தமிழ்மக்கள்மீதான ஒடுக்குமுறையால் எழுந்த இனப்போர் குறித்த சிங்களத் திரைப்படங்களின் கருத்தியல் ரீதியான பார்வையே இக்கட்டுரையின் நோக்கம். இனப்போர் இன்று இலங்கையில் பல தாக்கங்களை ஏற்படுத்தியுள்ளது. புலப்பெயர்வு, வறுமை, வெளிநாடுகளின் மேலாதிக்கம், வன்முறை, இலாபகரமான அரசியல், மக்களிடையேயான முரண்பாடுகள் எனத்தொடர்கிறது. இவற்றின்மீது இத்திரைப்படங்கள் ஆதிக்கம் செலுத்துகின்றனவா? போரில் ஆயுதங்களைவிட அதிகமான பாவனையில் உள்ள “பொருள்” இராணுவவீரர்கள். இவர்கள் போருக்குச் செல்வதன் நோக்கம்என்ன? அசோக கந்தகம என்ற சிங்களத்திரைப்பட இயக்குநர் ஒரு பேட்டியின்போது பின்வருமாறு தெரிவிக்கின்றார்:

“யுத்தத்தில் இராணுவத்தின் தியாகம் என்பதும் தேசத்துக்காக, நாட்டு மக்களுக்காக என்று கூறப்படுபவையும் வெறும் அரசியல் கோஷங்கள். வேறுதொழில் இல்லாமையினால் வாழ்க்கையைக் கொண்டு நடத்தவே இராணுவத்தில் பலர் சேர்கின்றனர்.” எனவே, இவர்கள் வாழ்க்கைப் போராட்டத்தைச் சமாளிக்கவே இராணுவத்தில் சேர்கின்றனர். இதனை மைக்கல்மூர் தனது படங்களில் பதிவாக்கி உள்ளார். இவர்கள் வேதனம், இறந்த பின்னர் இவர்களது குடும்பத்திற்கு வழங்கப்படும் கவர்ச்சிகரமான படிகள் இவர்களை இராணுவத்தில் சேரவைக்கின்றது. போரின் பின்னரும் இந்த வேதியம் தொடருமா? வியட்நாம் போரின் பின்னர், போரில் இறந்த வீரர்களது குடும்பங்களும் போரில் அங்கவீனமான வீரர்களும் கைவிடப்பட்டனர். இந்நிலை இலங்கையிலும் தொடரலாம். போரின் பின்னர் இராணுவ வீரர்களது வாழ்க்கை மிகவும் மோசனமாதாகவே இருந்துள்ளது, இருக்கின்றது. மேலும் 1981ஆம் ஆண்டு தர்மசேனபத்திராஜ ‘பொன்மணி’ என்ற தமிழ்ப்படத்தை நெறியாள்கை செய்துள்ளார். இவர் நெறியாள்கை செய்த பல படங்கள் சர்வதேச விருது களைப்பெற்றுள்ளன. இவருடைய *SOLDADU UNNAHE (The Old Soldier)* ‘முன்னாள்இராணுவவீரர்’ என்ற படத்தில், இரண்டாம் உலகப்போரில் பங்குபற்றிய இராணுவீரரின் வாழ்க்கை அவலங்களை வெளிப்படுத்தி இருந்தார். இது ஒரு முன்னுதாரணம். இலங்கையில் இனப்பிரச்சினை உச்சக்கட்டத்தை அடைவதற்குச் சற்றுமுன்னதாக இப்படம் வெளிவந்துள்ளது. இப்படத்தில் இராணுவவீரர்கள் வெறும் சடப்பொருளாகவே பாவிக்கப்பட்டுள்ளதாகக் காட்டப்பட்டுள்ளது 1983ஆம் ஆண்டுக் கலவரத்தின் பின்னர் வெளிவந்த பல சிங்களப்படங்கள் இனவாதத்தை வளர்த்தன. இனத்துவேசத்தைப் போதித்தன. தமிழ்ப் போராளிகள் பற்றிய பல தவறான கருத்துக்களைப் பரப்பின. ராஜீவ்காந்தியின் கொலையின் பின்னர் சர்வதேச அரங்கில் பரபரப்பை ஏற்படுத்திய சந்தோஷ்சிவனின் ‘ரெறரிஸ்ட்’ என்ற படம் பல தவறான கருத்துக்களை வெளிப்படுத்தியது. இதன் அடிப்படையில் *Mohan NIYAZ* இயக்கிய *KALU SUDU MAL* என்ற படம் அமைந்துள்ளது. விடுதலைப்புலிகள் இயக்கத்தைச் சேர்ந்த நிர்மலா (அழியாதவர்என்றபொருள்), திலீப் ஆகியோர் தற்கொலைத் தாக்குதலை நடத்துவதற்காகக் கொழும்பிற்கு வருகின்றனர். (இவர்களது நடவடிக்கையின் பெயர் *DOUBLEX.* இது இஸ்ரேலியத் துருப்புக்கள் இலங்கை அரசுக்கு விடுதலைப் புலிகளை அழிக்க உதவிய நடவடிக்கையின் பெயர்.) இங்குத் தங்கி இருந்தபொழுது நிர்மலா கருத்தரிக்கின்றார். தாக்குதலை நடத்தித் தப்பிவிடும் இவர்களைப் புலிகள் துரத்துகின்றனர். முன்னாள் புலி உறுப்பினர் மாலா இவர்களுக்கு

உதவிபுரிகின்றார். ஆனால் இறுதியில் இவர்களைப் புலிகள் அழித்துவிடுகின்றனர். இந்தப்படத்தில் நேரடியாகப் 'புலிகள்' என்ற பெயர் பயன்படுத்தப்பட்டுள்ளது. அத்துடன் பாலியல் நடவடிக்கைகள், உடை என்று கலாச்சார ரீதியாக புலிகள் கேவலப்படுத்தப்பட்டுள்ளனர். சந்தோஷ் சிவனின் 'ரெறரிஸ்ட்'ஐ விட அதிகமாகப் புலிகளின் "தற்கொலையியல்" இதில் விமர்சிக்கப்பட்டுள்ளது. ஒருபுறத்தில், இந்த விமர்சனங்கள் நிராகரிக்கப்பட முடியாதவை. மறுபுறத்தில், இவை சிங்கள இனவாதத்திற்குச் சாதகமானவை. இவற்றிற்கு அப்பால் முற்போக்கு சிங்களப் படைப்பாளிகள் தமது கருத்துக்களை இரண்டு நிலைகளில் வெளிப்படுத்துகின்றனர். 1. விடுதலைப்புலிகளை ஆதரிப்பதை முற்போக்காகக் கருதி கருத்துக்களை வெளியிடுவது 2. தமிழ் மக்களின் சுயநிர்ணய உரிமையை ஏற்றுக்கொண்டு, ஆக்கபூர்வமான கருத்துக்களை வெளியிடுவது முற்போக்குப் படைப்பாளிகள் என்ன கூறியிருக்கின்றார்கள் என இங்கு பார்ப்பது நல்லது. இவர்கள் இந்தியத் தமிழ்ப் படைப்பாளிகளைப் போல் பொறுப்பற்று வியாபார நோக்குடன் தமது படைப்புகளை வெளியிடவில்லை. லிண்டன் கமகே என்ற படைப்பாளி (இவரது *Pick Pocket* என்ற படம் சர்வதேச விருதுகளைப் பெற்றது.) 'நிழல்' சஞ்சிகைக்கு அளித்த பேட்டியில், "மணிரத்தினம் சினிமாக் காரனாக இருந்து கொண்டு அவர் பேசும்விதம் சரி. அது அவருடைய பார்வை. என்னால் அப்படி சுதந்திரம் பற்றிப் பேச முடியாது. ஏனென்றால் நாங்கள் அவர்களுடன் வாழ் வதினால் அவரைப்போல என்னால் பேசமுடியாது. நான் தமிழர்களை மிகவும் நேசிக்கிறேன். என்னால் அவர்களைப்பற்றி தவறாக, விரோதமாகப் பேசமுடியாது. அதேநேரம் என்னால் சிங்களமக்கள் பற்றியும் ஆதரவாகப் பேசமுடியாது. எல்லோரும் மனிதர்கள்தான். நாம் பார்க்க வேண்டியதெல்லாம் எங்கே தவறு இருக்கிறது என்பதை மட்டுமே. வெறுப்புபற்றிஅல்ல" என்கிறார். இவரது பொறுப்புமிக்க தன்மை வர்த்தக தமிழ் சினிமாப் படைப்பாளிகளிடம் அறவே இல்லை. காமினி பொன்சேகா மூலக்கதை எழுத 'சருங்கலே' என்ற படம் வெளியானது. இப்படம் யாழ்ப்பாண சாதியத்தையும் சிங்கள இனவெறியையும் விமர்சிக்கின்றது. தாழ்த்தப்பட்ட குடும்பத்து வாலிபனைக் காதலிக்கும் தங்கை பெற்றோரின் எதிர்ப்பை மீற முடியாமல் தற்கொலை செய்கின்றாள். கொழும்பு வரும் நாயகன் இனக்கலவரத்தில் இறக்கிறான். இதில் தாழ்த்தப்பட்ட மக்கள் மத்தியில் கிறிஸ்தவமதம் பரவியமைக்கு காரணம் இந்து 'உயர்குல'க் கொடுமைகள் என்ற கருத்து முன்வைக்கப்பட்டுள்ளது. அதேபோல், மதரீதியாக இந்துக்கடவுள்களையும் வணங்கும் சிங்கள மக்கள் ஏன் தமிழ் மக்களை விரோதிக்கிறார்கள்

எனவும் கேள்வி கேட்கப்பட்டுள்ளது. பின்னாளில் காமினி பொன்சேகா "நொமியனமினிசுன்" என்ற தமிழ் ஆதரவுப்படம் ஒன்றையும் நெறியாள்கை செய்திருந்தார். இவருக்குப் பின்னர் பிரசன்னவிதானகே, அசோகஹந்தகம, சோமரட்ணதிச நாயக்க, விமுக்தி ஜயசுந்தர போன்றோர் தமது படைப்புக்கள் மூலம் உலகக் கவனத்தை ஈர்த்துள்ளனர்.

இவர்கள் முன்வைத்துள்ள கருத்தியல்கள் மிகவும் முக்கியமானவை. அசோகஹந்தகமவின் *This is my moon* (இது என் நிலா) போரின்போது இராணுவச் சிப்பாயிடம் சென்றடைகிறாள் ஒருத்தி. சிப்பாய் இவளைக் கண்டதும் சுட முயற்சிக்கிறான். அவள் தனது சங்கிலியைக் கழற்றுகிறாள். ஆனால் அவன் குறி வைப்பதில் இருந்து விலகவில்லை. அடுத்து பாவாடையைத் தூக்குகிறாள். முகத்தை மூடிக்கொள்கிறாள். அவன் புணர்கிறான். அவனைத் தொடர்ந்து அவளும் கிராமத்துக்குச் செல்கிறாள். இவளது வருகை அவனது முறைப் பெண்ணுக்குப் பயத்தை ஏற்படுத்துகிறது. கிராமத்தில் சிப்பாயின் அண்ணன், மாணவன் போன்றோரால் அவள் பாலியல் வல்லுறவுக்குள்ளாகிறாள். இறுதியாக அருகில் உள்ள பௌத்தவிகாரையில் தஞ்சம் அடைகிறாள். மறுநாள் காவியுடையை அநாதரவாக விட்டுவிட்டுப்

பிக்கு காணாமல் போய்விடுகிறார். இறுதியில் இப்பெண்ணுக்கு பிறக்கும் பிள்ளையைக் கைகளில் ஏந்தி; இது என்நிலா என்கிறான். இங்கு யுத்தத்தின் கொடுமையைப் பாலியல், மதம் எனபனவற்றின் ஊடாக்காட்ட முற்படுகிறார். யுத்தத்தின் பிரதிபலிப்புகளைச் சமூகதளத்தில் வெளிப்படுத்தியுள்ளார் இயக்குநர். கிராமங்களில் பாலியல் சுதந்திரம் மட்டுப்படுத்தப்பட்டுள்ளது, அதன் வெளிப்பாடு தான் போர்ப் பிரதேசங்களில் இராணுவவீரர்களின் பாலியல் கொடூரங்கள் எனச் சமாதானம் கூறுகிறாரோ என்ற ஐயமும் எழுகிறது. மனிதனின் வழமையான இயங்குதலை, இருத்தலைத் தீர்மானிப்பது பாலியலா? இறுதியாக இது என் நிலா என இராணுவவீரர் கூறும் காட்சி தமிழ்மக்கள் சிங்களமக்களுடன் ஒன்றிவிடவேண்டுமா? என்ற கேள்வியை எழுப்புகின்றது. இங்கும் யுத்தத்தின் மூலவேர் ஆராயப்படாமல் அதன் எச்சசொச்சங்கள் விமர்சிக்கப்படுகின்றன. பிரசன்னவிதானகே: யுத்தம் பற்றிய இரண்டு முக்கியமான படங்களை இயக்கியுள்ளார் 1962இல் பிறந்த இவர் ஒரு நாடகர். இவர் மொழிபெயர்ப்பு நாடகங்களில் அதிகளவு ஆர்வம் காட்டினார். பெர்னாட்ஷாவின் *Arms and the man, Rasberries and Trumpets* ஆகியன இவர் மொழிபெயர்த்து இயக்கிய நாடகங்களுள் குறிப்பிடத்தக்கவை.

இவரது நான்காவது படம் பௌர்ணமியில் மரணம். *Death On A Full Moon Day.* (1997) இலங்கை இனப்பிரச்சனையானது நேரடியாகக் காட்டப்படாமல், போர்ச்சூழலின் தாக்கம் பாத்திரங்களூடாகக் காட்டப்பட்டுள்ளது. வறுமையான குடும்பத்தில் பிறந்து பொருளாதாரக் கட்டாயத்தின் சூழலால் இராணுவத்தில் சேர்ந்து வடக்கு நோக்கிச் செல்கின்றான் பண்டார. போரில் அவனது மரணச் செய்தியை நம்பமறுக்கின்றார்

கண்தெரியாத தந்தையான வன்னிகாமி. ஆனால், மூத்த மகன் இளைய மகளின் காதலன் ஆகியோர் உள்ளூர் அரச அதிகாரியைக்கொண்டு கட்டாயப்படுத்தித் தந்தையை நட்ட ஈட்டுப்பத்திரத்தில் கையொப்பமிட வைக்கிறார்கள். ஆனால் ஒருநாள் தனது மகனின் கல்லறையைத் தோண்டி சவப்பெட்டியை உடைக்கின்றார். அங்கு மகன் இல்லை. மரக்குத்தியே உள்ளது. இவரது இளைய மகளின் காதலனும் இராணுவத்திற்குச் செல்ல விரும்புகின்றான். ஒரு சராசரி வாழ்வுக்கு இராணுவச் சம்பளமே நல்லதென நினைக்கின்றான். இத்திரைப்படம் ஓர் எதிர்நிலையைக் காட்டி நிற்கின்றது. அதாவது மகன் திரும்பி வருவான் என்ற அசைக்க முடியாத நம்பிக்கைக்கும் துக்ககரமான யதார்த்தங்களுக்கும் இடையே ஏற்பட்டுள்ள முரண்பாடுகளைத் தெளிவாகக் காட்டுகின்றது. இராணுவத்தில் மகன் ஒரு சிறுவீடு கட்டுவதற்கும் தனது சகோதரியின் திருமணத்தை முடிப்பதற்காவும் சேருகின்றான். ஒரு சராசரி வாழ்வுக்கு இராணுவம்தான் சிறந்த தேர்வு என்பதை அரசு சிறப்பாக முன்வைத்துள்ளது. அரசின் வரவு செலவுத் திட்டத்தில் மூன்றில் இரண்டு பங்கு போருக்கு பயன்படுத்தப்படும்பொழுது சாதாரண மக்கள் சுகமான வாழ்விற்கு இராணுவத்தைத் தேர்வு செய்கிறார்கள். ஒரு சராசரி வாழ்விற்கு இராணுவ வேலையே சிறந்தது எனத் தீர்மானிக்கும் அளவிற்குக் கவர்ச்சிகரமான சம்பளம், நட்ட ஈடுகள் என்பன அமைந்துள்ளன. பரனைற் *9/11*இலும் கூட மைக்கல்மூர் இதனைக் காட்டியுள்ளார். பௌர்ணமியில் மரணம் படம் இலங்கை அரசால் தடை செய்யப்பட்டுள்ளது. போரின் வெற்றிக்கான நெறிமுறைகளில் பணம் மிகமுக்கிய பங்கு வகிக்கின்றது என்பதை அழகாக வெளிப்படுத்தியுள்ளார் பிரசன்னா. இவரது அனைத்து படங்களும் குற்ற உணர்வுகளை மையக் கருவாகக் கொண்டு விமர்சிக்கின்றன. நீதி, அநீதி, ஒழுக்கவியல் என்பனவற்றுடன் கலாச்சார அனுபவம் நெருக்கமாகப் பிணைக்கப்பட்டுள்ளது. தனி, சமூகம், கலாச்சாரம் என்ற இந்த மூன்று கூறுகளும் ஒன்றுடன் ஒன்று பின்னிப் பிணைந்துள்ளன. இவை கட்டில் கருதுகோள்களாகவே உலவுகின்றன. சிந்தனா சக்தியின் வெளிப்பாடாக அமையவில்லை. எனவே இவை ஆழமான விசாரணைக்கு உட்படுத்தப்பட வேண்டும் என்பது இவரது படைப்புகளுக்கூடாக இவர் வைக்கும் விமர்சனம். இந்தபடங்களில் இருந்து தனது ஐந்தாவது படமான ஆவணி வெய்யில் என்னும் படத்திற்குச் செல்கிறார். இவரது படங்கள் ஒருவகை *abstract* வடிவம் (நேரடியாகக் கூறப்படாமல் வித்தியாச மான படிமங்களுக்கூடாகக் காட்டப்படுவது) பிரசன்னா இசையில் மிகுந்த கவனம் செலுத்துபவர்.

ஆவணி வெய்யில் நடிகர்கள்: Peter D'almeda, Nimm, Harsgama கதைவசனம்: Priyath Liyanage கருச்சுருக்கம்: சாமரியின் கணவன் ஓர் இராணுவ விமானமோட்டி. தமிழ்ப் போராளிகளிடம் சிக்கிவிடுகின்றான். தமிழ்ப் போராளிகளுக்காக வாதாடும் சிங்களப் பத்திரிகையாளரான பீற்றரின் தொலைக்காட்சிப் பேட்டியின் பின்னர் அவரைச் சந்தித்து அவருடன் தனது கணவனைத் தேடி வடக்கு நோக்கிச் செல்கிறாள். வடக்கில் கொந்தளிப்பு. முஸ்லிம் சிறுவன் ஒருவனுக்கு ஒரு நாயுடன் நெருக்கமான நட்பு. தான் தனது பெற்றோருடன் புத்தளத்திற்குப் புலம்பெயரும்பொழுது நாய் கடற்கரைவரையும் வந்து விடுகிறது. குடும்ப வறுமையால் இராணுவத்திற்குச் சென்றுவிட்டு விடுமுறைக்கு வீடு திரும்பும் Duminda (Namal Jayasinghe) பாலியல் தொழிலாளர் விடுதியில் தனது சகோதரியும் வேலை செய்வது கண்டு வேதனையடைகிறான். சாமரி வடக்குக்குச் செல்ல முடியாமல் கொழும்பு திரும்புகிறாள். இடையில் அவளுக்குப் பீற்றரின்மேல் நட்பும் ஏற்படுகின்றது. சிறுவனுக்கு புதிய இடத்திலும் ஒருநாய் கிடைத்துவிடுகின்றது. இறுதியில் துமிந்த மீண்டும் இராணுவத்திற்குச் செல்கிறான். சிறுவன் தனது தந்தையுடன் அதே வீதியில் பாரத்துடன் சைக்கிளில் செல்கிறான். பாதை ஒன்று, பாரமும் பழையதே, இடம்தான் மாறியுள்ளது. சாமரி துமிந்தவுடன் அதே பஸ்ஸில் பயணம் செய்கிறாள். பயணங்கள் மாறவில்லை. யாழ்ப்பாணத்தில் இருந்து முஸ்லிம் மக்கள் வெளியேற்றப்பட்டமை படத்தில் முக்கியப் பங்கு வகிக்கின்றது. ஆண்டாண்டு காலமாக வாழ்ந்த பூமியில் இருந்து, சுமார் 4000 ரூபாய்கள் மட்டுமே எடுத்துச் செல்ல அனுமதிக்கப்பட்டு, வெளியேற்றப்படுகின்றார்கள். சோதனைச் சாவடியில் சோதனையிடும்பொழுது மேலதிகமாக பணம் கொண்டு சென்றவர்களது பணம் பறிக்கப்படுகின்றது. ஏனிந்த நாலாயிரம்? ஏனிந்த வெளியேற்றம்? பிரசன்ன கேள்விக்குறியுடன் எதிர்நோக்குகிறார். முஸ்லிம்கள் புலம் பெயர்க்கப்பட்டமையைச் சிறப்பாகப் பதிவாக்கியுள்ளார் பிரசன்ன. சாமரி, முஸ்லிம் தந்தை, மகன் துமிந்த அனைவரும் ஒரே வீதியில் பயணிக்கின்றனர். இனப்பிரச்சினை வேறெங்கும் நகரவில்லை. எதில் தொடங்கப்பட்டதோ அதில்தான் இன்றும் உள்ளது. இப்படத்தில் பல காட்சிகள் கவனத்திற்குரியவை. முதலில் உறவுமுறைகள், பௌத்த சிங்களக் கலாச்சார விழுமியங்கள் உள்ள சூழலில் சாமரி தனது பள்ளிக் காதலனு டன் திருமணம் செய்யாமல் ஒன்றாக வாழ்கிறாள். இதே கலாச்சாரச் சூழலில் வாழும் துமிந்தவின் சகோதரியை வறுமை பாலியல் தொழிலாளியாக்குகின்றது. இவரது முன்னைய படங்களிலும் உறவுமுறைகள், சமூக வழக்காறுகள் என்பன

உடைக்கப்படுகின்றன. தமிழ்ச் சமூகச்சூழலில்கூட இவ்வாறான சம்பவங்கள் (வயலட்டின் பாத்திரம்)–திருமணம் முடிக்காமல் சேர்ந்து வாழ்தல்கள் நடைபெறுகின்றன. சாமரியின் தனிமை அவளைப் பீற்றரின்மீது நாட்டம் கொள்ளச் செய்கிறது. இங்கு கூட, சாமரியின் குற்ற உணர்வுதான் தனது கணவனைத் தேடி வடக்கு நோக்கிச் செல்ல வைக்கிறது. இது இவள்மீது சமூகத்தால் சுமத்தப்பட்ட நிர்ப்பந்தம். மறுபுறம் நினைவுகளின் சித்திரவதை அவளை வாட்டி எடுக்கின்றது. தனது வாழ்வை ஒரு கோப்பியுடன் காலையில் ஆரம்பிக்கும் அவள், படம் முடியும்பொழுதும் அதே கோப்பியுடன் தொடங்குகிறாள். துமிந்தவின் குற்ற உணர்வு, வறுமை என்பன மீண்டும் அவனை இராணுவத்திற்குச் செல்லவைக்கின்றது. இவரது பாத்திரங்கள் ஒவ்வொன்றும் தங்களை விசாரணைக்கு உட்படுத்துகின்றன. பிரசன்ன தன்னையும் இங்கு விசாரணைக்கு உட்படுத்தத் தவறவில்லை. ஆரம்பத்தில் தமிழ்த்தேசியத்தை ஆதரிக்கும் கருத்துக்களை முன்வைக்கின்றார். சர்வதேச விழாக்களில் காட்டப்பட்ட இவரது திரைப்படத்தில் இவர் முன்வைத்த தமிழ்த்தேசியம் குறித்த கருத்துக்கள் முக்கியமானவை. படத்தில் பல உத்திகள் கையாளப்பட்டுள்ளன. முதலாவது நிறம். பளீரென நீலம், பின்னர் கடற்கரையில் செல்ல முடியாமல் இருக்கும் பொழுது கடும் மஞ்சள் என்று இவை குறியீடாக வந்து போகின்றன. பாத்திரங்களின் மனோநிலையைக் காட்டவும் நிறங்கள் பயன்படுத்தப்படுகின்றன. மிகவும் அவதானத்துடன் கையாளப்பட்டுள்ள இசை, பல இடங்களில் மௌனம் காத்து அசை போடுகின்றது. கிரிக்கட் வர்ணனை (*commentary*)–போரில் உயிர்கள் இறந்து மடியும்பொழுது கிரிக்கட் ஓட்டங்களின் எண்ணிக்கையில் மக்கள் களிப்படைகின்றனர். 1982ஆம் ஆண்டு மாசி மாதம் 17ஆம்நாள் இலங்கை தனது முதலாவது டெஸ்ட் ஆட்டத்தை இங்கிலாந்துடன் றி. சரவணமுத்து மைதானத்தில் விளையாடியது. அன்றில் இருந்து இன்றுவரை கிரிக்கட்டில் பெற்ற வளர்ச்சி அதே காலகட்டத்தில் உச்ச நிலையை எட்டிய தேசிய இனப்பிரச்சனையைத் தீர்ப்பதில் பெறப்படவில்லை என்பது உண்மையே. (இந்த 24 வருடங்களில் இலங்கை அணிக்காக விளையாடிய தமிழ்வீரர்கள் வெறும் சிலரே. (முரளீதரன், வினோதன், ஜோன், சிறிதரன் ஜெகனாதன்) படத்தில் வரும் பாத்திரங்கள் கிரிக்கட் வெற்றியில் காட்டும் ஆர்வங்களை; உயிர்கள்மேல் காட்டவில்லை. இப்படம் போர் ஏற்படுத்திய புதிய சூழலில் ஏற்பட்டுள்ள இனக்கவர்ச்சி விளம்பரங்கள் இலங்கைத் தேசிய இனப்பிரச்சினையின் அன்றாட அனர்த்தங்களையும் வறுமை நிலையையும் மறைக்கப் பயன்படுத்தப்படுகின்றது என்பதனை விமர்சனமாக முன்வைக்கின்றது. மீண்டும் மீண்டும்

அதே இடத்தில்தான் மக்கள் வசிக்கத் தள்ளப் பட்டுள்ளார்கள் என்று குற்றஞ்சாட்டுகிறார் பிரசன்ன. பிரசன்ன தனது படைப்புகள் அனைத்திலும் மனித நினைவில் சிக்கலான முன்னறிந்துகொள்ள முடியாத செயற்பாடுகளின் நேரடி விளைவுகளாகக் குற்ற உணர்வு தோன்றுகின்றது என்ற கருத்தை முன்வைக்கத் தவறவில்லை. வோல்டர் பெஞ்சமின், பிராய்ட் ஆகியோரின் கருத்தாக்கங்களை உள்வாங்கியுள்ள இவரது படைப்புகள் சிங்களத் திரைப்பட உலகையும் அது சூழ்ந்துள்ள சமூகத்தையும் விசாரணைக்குட்படுத்துகின்றன. இப்படத்திலும் போரில் பணத்தின் முக்கியத்துவத்தை வெளிப்படுத்தியுள்ளார். 2005இல் வெளிவந்த மியனிச என்ற படத்தில் பணம் பல கொலைகளைச் செய்வதற்கு எவ்வாறு உதவி செய்கிறது என்பதைச் சிறப்பாகப் பதிவு செய்துள்ளது. சோமரட்ணதிசநாயக்காவின் சரோஜாவில் புலிகளால் தேடப்படும் தந்தையும் மகளும் சிங்களக் கிராமமொன்றில் ஒளிந்து வாழ்கின்றனர். மகள் குளிக்கச் செல்லும்பொழுது ஒரு சிறுமியின் நட்புக் கிடைக்கின்றது. அதன் மூலம் தந்தைக்கும் சிறுமிக்கும் ஆதரவு கிடைக்கின்றது. தந்தையின் உடலில் உள்ள தமிழ் இலச்சினை மூலம் இவர்கள் அடையாளம் காணப்படுகிறார்கள். இவர்களுக்கு ஆதரவளிக்கும் கிராமத்தை நீதிமன்றம்வரை செல்ல வைக்கிறது. இறுதியில் ஊரால் விரட்டப்பட்டு மன்னார் செல்லும் முன்னர் புலிகளால் தந்தை சுட்டுக் கொல்லப்படுகிறார். இதிலும் முன்னர் கூறிய சிங்கள மக்களுடனான ஐக்கியம் என்கின்ற கூறு முன் வைக்கப்படுகின்றது. குட்டி தேவதை: தமிழ் – சிங்களப்படம். 'குட்டி தேவதையொன்று இறங்கிவந்தது' என்ற தமிழ்ப் பாடல் படம் முழுவதும் இடம் பெறுகின்றது. பேச முடியாத முதலாளியின் மகன், வேலைக்காரனின் மகளுடன் நட்பாகி பேசக் கற்றுக் கொள்கிறான். ஆனால் மொழி சிங்களமல்ல தமிழ். இனக்கலவரத்தின்போது வேலைக்காரத் தந்தை இறந்து விடுகின்றார். சிறுமியைத் தாய் தன்னுடன் அழைத்துச் செல்ல விரும்புகின்றாள். முதலாளி தான் சிறுமியைத் தனது மகள்போல் வளர்ப்பதாக உறுதி கூறுகின்றான். ஆனால் தாய் உயிர்போனால் திரும்பி வராது எனக் கூறுகிறாள். இவர்கள் இருவருக்கும் இடையில் ஒரு மொழிபெயர்ப்பாளராகச் சிறுமி கடமையாற்றுகிறாள். தாயும் மகளும் வெளியேறியதுடன் முதலாளியின் மகன் மீண்டும் வன்முறையில் இறங்கிவிடுகின்றான். மொழி என்பது இருவருக்கிடையிலான செய்திப் பரிமாற்றத்துக்கான ஊடகம். அதிகாரம், மேலாதிக்கம் என்பன இதனை இன்று கொலை செய்து விடுகின்றன. இப்படம் வர்க்கரீதியான விமர்சனத்தை முன் வைப்பதுடன் மொழி பற்றிய ஆழமான கேள்வியை இரு சமூகத்தின் முன்னும் வைக்கின்றது. இவரது 'சரோஜா'

படத்தைவிட பல படிகள் மேலே சென்று விமர்சனத்தைப் பதிவு செய்துள்ளது. ஒடுக்கப்பட்டவரின் மொழியானது ஆதிக்கத்தில் உள்ளவர்களால் சுயநல தேவையை ஒட்டி ஏற்றுக் கொள்ளப்படுகிறது. இப்படத்தில் வரும் பாத்திரங்கள் மாறுபட்டிருந்தால்? அதாவது முதலாளி குடும்பம் தமிழாக இருந்து, சிறுவன் சிங்களம் பேசக்கற்றிருந்தால் நாம் அதனை ஏற்றுக்கொள்வோமா? *The Forsaken Land:* விமுக்தி ஜயசுந்தரவின் இப்படம் கான் விழாவில் விருது பெற்றது. திருகோணமலை பிரதேசத்தில் போர் நிறுத்த காலத்தில் நடைபெறும் சம்பவங்களை மையமாகக் கொண்டது. ஒரு சிவில் பாதுகாப்பு வீரர். வேலைக்குப் போகும் இளம் பெண்மணி, ஒரு கோழி வியாபாரி. போர் நிறுத்தமாகையால் நேரத்தைப் போக்க முயற்சிக்கும்பொழுது இப்பெண்மணியைக் காண்கிறார். கதைப்பதற்கு முயற்சிக்கிறார். ஆனால் கதைக்கவில்லை. நாட்கள் நகர்கின்றன. கோழி வியாபாரி ஒருவித மனநோய்க்குள்ளாகிறார். பெண்மணி கடை ஒன்றில் திருடியதாகக் கூறி கடைக்காவலாளி அவளது உடைகளைக் களைய முயற்சிக்க பிளேட்டால் தாக்கிவிட்டுத் தப்பிக் கொள்கிறாள். சிவில் பாதுகாப்பு வீரர் மீண்டும் போருக்கு ஆயத்தம் செய்கிறார். இயக்குனர் தனது கருத்தைக் கோழி வியாபாரிக்கூடாக கூறுகிறார். கிராமத்தில உயிருடன் வாங்கும் கோழியை, கொன்று பதப்படுத்தி, குளிரூட்டியில் வைத்து விற்பனை செய்கிறார். கொல்லப்பட்ட கோழி குளிரூட்டியால் நீண்ட காலம் வாழ்கிறது. ஏன் இந்த நீண்ட போர் நிறுத்தம்? கோழியின் வாழ்வா? திருகோணமலை இன்று பலரால் குறிவைக்கப்பட்டுள்ள பிரதேசம். இப்பிரதேசமும் இங்கு ஓர் குறியீடே. ஒரு கவித்துவமான முயற்சி. சிங்களப் படைப்பாளிகள் சென்ற ஆண்டு இலங்கை இராணுவத்தின் கண்டனத்திற்கு உள்ளாகினர். அமெரிக்காவைப்போல் இங்கும் இவர்களைக் கட்டுப்படுத்த முடிவு செய்யப்பட்டுள்ளது. போருக்கெதிரான படங்களைத் திரையிடுவதைத் தடை செய்தல் போன்றன நடைமுறைப்படுத்தப்பட்டுள்ளன. பல படங்கள் இவ்வாறு தடை செய்யப்பட்டுள்ளன. பிரசன்னவிதானகே குறிப்பிட்டது போல, சிங்கள அரசியல்வாதிகளின் குற்றவியலை விசாரணைக்குட்படுத்தி உள்ளன இப்படங்கள். அதன் விளைவே தடை, தண்டனை. தமிழ்நாட்டுத் திரைப்பட இயக்குனர்கள் இலங்கை இனப்பிரச்சினையை வியாபாரமாக்குகின்றனர். மாங்குளத்தில் மணிரத்தினம் சிவனொளி பாதமலையை வைக்கிறார். ஆனால் சிங்களப் படைப்பாளிகளுக்குள்ள சுதந்திரம் இலங்கைத் தமிழ் படைப்பாளிகளிடம் உள்ளதா? அதனை அவர்கள் வெளிப்படுத்துவார்களா? உண்மையில் தமிழ்த்

தேசியத்தை வளர்க்க முற்போக்குச் சிந்தனையுடைய சிங்களப் படைப்பாளிகள் உதவி புரிகிறார்கள். தமிழ்த் தேசியத்தைத் தமிழ்படைப்பாளிகள் நேர்மையுடன் விமர்சிப்பார்களா? இப்படங்கள் கலைப்படங்கள் வகையைச் சேர்ந்தவையல்ல. ஆனால் இந்திய சினிமா தாக்கம் குறைந்த சிங்கள சினிமா சூழலில், இவை காத்திரமான பங்கை அளிக்கும். இங்கு சினிமா இயங்கியாக மாறி சமூக சுத்திகரிப்புச் செய்கிறது. இவை போர் நிறுத்தம், சமாதானம், போர்வாழ்வு, இராணுவ ஆட்சேர்ப்பு, மொழி, ஊடகம் போன்றன பற்றி கேள்வியை எழுப்புகின்றன. இக்கேள்விகளை எங்கள்மீது கேட்போம். எங்களை விசாரணைக்குட்படுத்துவோம்.

உயிர்நிழல்